வேண்டுதல்

வேண்டுதல்

ஜெகநாத் நடராஜன்

எழுத்து பிரசுரம்

Title : Venduthal
Author's Name : Jaganath Natarajan

Published by Ezutthu Prachuram

Zero Degree Publishing
No. 55(7), R Block, 6th Avenue,
Anna Nagar,
Chennai - 600 040

Website: www.zerodegreepublishing.com
E Mail id: zerodegreepublishing@gmail.com
Phone : 98400 65000

Ezutthu Prachuram First Edition: February 2021
ISBN : 978-93-90884-37-7
TITLE NO EP : 171

Cover Art: Meenakshi Ayyappan
Layout: Creative Studio

சமர்ப்பணம்

தந்தை தாய்தமரும் நீ சகல தேவதையும் நீ
சிந்தை நீ தெளிவு நீ சித்திமுத்திதானும் நீ
விந்து நீ விளைவு நீ மேலதாயவேதம் நீ
எந்தை நீ இறைவ நீ என்னையாண்ட ஈசனே
குரு பாலகுமாரன் சாருக்கு...

நன்றி

கணையாழி, வாசகசாலை (அருண், கார்த்திகேயன் வெங்கட்ராமன்), நகர்வு (வேல்கண்ணன், மு.வேடியப்பன்), யாவரும் (ஜீவ கரிகாலன்),
அன்பாலான
குட்டி ரேவதி, சரோலமா, புலம் லோகநாதன், ராகவன் சிவக்குமார், கௌதம சித்தார்த்தன்
மற்றும்
சாரு நிவேதிதா

அன்பான ஜெகந்நாதன்,

போனவாரம் வீட்டில் இருந்த போது, எதாவது படிக்கலாமே என்று உங்கள் 'பிழைத்து வந்தவன்' குறுநாவல் எடுத்தேன். உங்கள் எழுத்துக்களிலேயே எனக்குப் பிடித்தது இதுதான். மிகுந்த உண்மையோடு எழுதியிருக்கிறீர்கள். உங்களுக்கு எழுத்து கை வரும் என்ற நம்பிக்கையை ஏற்படுத்தியிருக்கிறது இது. நான் படித்ததிலேயே ஞாபகம் இருக்கிற படைப்பு. ஒரு வாழ்வனுபவம் அதன் முழுவீச்சோடு சொல்லப்பட்டிருக்கும் தன்மையை நான் பெரிதும் அனுபவித்தேன். உங்களை எப்படி பாராட்ட என்று தெரியவில்லை.

சம காலத்திய வாழ்க்கை நவீனமாகவே எழுதப்பட்டிருக்கிறது. எழுத்தில் உள்ள எளிமையும், தெளிவும் அருமையானவை. தொடர்ந்து நீங்கள் இந்த உயர்குணங்களைப் பேண வேண்டும். உங்களை முதன் முதலாக எழுத்தாளன் என்று இந்தப் படைப்பில்தான் என்னால் இனம் காண முடிந்தது. நல்ல நுட்பம் கூடிய படைப்பு. பாசாங்கோ, அலட்டலோ இல்லாது நதிபோல இயல்பாக இருக்கிறது. என் மனப் பூர்வமான பாராட்டுகள்.

நீங்கள் இன்னும் நிறைய எழுத வேண்டும்.உங்கள் ரசனை, அனுபவம், பண்பு, அமைதி இயல்புகள் கூடிக்கவிய எழுத வேண்டும். பிழைத்து வந்தவன் ஒரு ஆரம்பம். இனி தொடர வேண்டும்.

எப்படி இருக்கிறீர்கள். வாழ்க்கை சுமூகமாகப் போய்க் கொண்டிருக்கிறதுதானே. வேறென்ன விசேஷங்கள்.

அப்புறம் சொல்ல மறந்து விட்டேனே உங்கள் குறுநாவலில் உள்ள தமிழ்த்தன்மை ஒரு நல்ல விஷயம். எதார்த்தமான நிகழ்கால வாழ்க்கையின் ஒரு பகுதியை அப்படியே பகிர்ந்து வைத்து விட்டீர்கள்

உங்களிடமிருந்து நிறைய எதிர்பார்க்கிறோம். கல்யாணி என்னைப் போன்றோர்.

பிற நேரில்.

அன்பு மறவாத,
நம்பிராஜன்.
13, பெருமாள் கோவில் தெரு,
சென்னை- *33.*

உள்ளே

இழைகள்

சிதம்பரம் சுவரோடு சுவராக சாய்ந்து உட்கார்ந்திருந்த அம்மாவைப் பார்த்தான். தீவிரமாக யோசித்துக்கொண்டிருந்தவள் அவனைப் பார்க்கவேயில்லை. மூலையில் சுருட்டி வைக்கப்பட்டிருந்த அம்மாவின் பாய் அப்படியே இருந்தது. எதிர் சுவரையே வெறித்திருந்த அவன் முகத்தில் ராத்திரி முழுவதும் தூங்காத அலுப்பு தெரிந்தது. மின்விளக்கின் வெளிச்சம் கண்களைக் கூசச் செய்தது. சுவர்ப் பக்கமாய் சுருண்டு தூங்கப்போனவனின் தொடையில் அம்மா கிள்ளினாள்.

“தென்காசிக்குப் போய் அவுஹாள பார்த்துட்டு வாரியா சிதம்பரம்...” அம்மாவின்கேள்விக்குப் பதில் சொல்லாமல்தூக்கக்கலக்கமாய் கண்களைக் கசக்கினான். மறுபடியும் படுக்கப்போனவனின் முதுகில் அம்மாவின் கை பலமாய் விழுந்தது. அவன்தூக்கம்போய்விட்டது.

“எந்திரி, குடத்தில தண்ணீர் எடுத்துவச்சிருக்கேன், குளி...”

தலையாட்டிவிட்டு, அங்கன சுவற்றில் இருந்த உமிக்கரியை அள்ளி வாயில் போட்டுக்கொண்டு பல்துலக்கத் துவங்கினான்.

“இடைகால் பள்ளிக்கூடத்துக்குப் பக்கத்தில் பஸ் நிக்கும். தென்காசி போற பஸ்ஸ பார்த்து ஏறு. உலகம்மன் கோயிலுக்குக் கிழக்கதான் எங்கேயோ அப்பா இருக்காஹன்னு எல்லாரும் சொல்லுவாஹ. அங்கு போய் உங்கப்பாருபேரச் சொல்லிட்டு இருக்காத. கே.எம்.ம பாக்கணும்னு சொல்லு. பார்த்துட்டு சுருக்கா வந்துரணும்.”

விட்டுவிட்டு அம்மாவின் குரல் மட்டும் அங்கனம் வரைக்கும் கேட்டுக்கொண்டேயிருந்தது. சிதம்பரம் பதில் குரல் கொடுத்துக் கொண்டேயிருந்தான்.

“நம்ம ஊருக்காரங்க யாராவது பார்த்தா, சினிமா பார்க்க வந்தன்னு சொல்லு. அப்பாவ ஊருக்குக் கூட்டியா. வேலை அது இதுன்னு சொன்னா, துட்டு வச்சிருந்தாஹன்னா வாங்கிட்டுவா. கீழுகீழுன்னு தலையாட்டிட்டு ஒண்ணுகிடக்க ஒண்ணு செஞ்சிட்டு வந்தன்னாதிருகிருவேன்.”

மௌனமாக நின்றிருந்தான். அம்மா மழைக்கால உபயோகத்திற்காக மாடியில் பத்திரப்படுத்தி வைத்திருந்த தென்னை ஓலைகளைக் கொண்டுவந்து காப்பி சுடவைத்தாள். பாச்சை உருண்டை வாசனையோடு இருந்த சட்டையையும், கால் சட்டையையும் எடுத்து நீட்டினாள். எண்ணை தடவி தலை சீவி விட்டாள். முந்தானையில் இருந்து அவிழ்த்துக் கொடுத்த பத்து ரூபாயை சட்டைஜேபியில் வைத்துக் கொண்டான்.

கதவைத் திறந்ததும் இருளும் குளிரும் காற்றும் முகத்தில் மோதின. அம்மாநடைவாசலில் நின்றுகொள்ள, சிதம்பரம் பயத்துடன் தெருவில் இறங்கி அம்மாவைப் பார்த்தான்.

“பயப்படாத. வேகமாப் போனா பயம் தெரியாது.”

நடக்கத் துவங்கி, கொஞ்சதூரம் சென்று திரும்பிப் பார்த்தபோது அம்மா வீட்டிற்குள் போயிருந்தாள். எதிரே கண்ணுக்கெட்டிய தூரம் வரைக்கும் இருள் புகைபோல் படர்ந்திருந்தது. ஆட்களே இல்லாத ஊர் மாதிரி அரவமற்றிருந்த தெருவில் பிள்ளையார் கோவிலடி அரச மரம் மட்டும் உயிர்த்துடிப்புடன் இலைகளைஅசைத்துக் கொண்டிருந்தது. மரத்தில் தூங்கும் பறவைகளும் இன்னும் கண்விழிக்கவில்லை.. உடம்பு முழுவதையும் குளிரும், பயமும் கவ்விக்கொள்ள வேகமாக நடக்கத் துவங்கினான்.

சிதம்பரத்துக்கு முன்னால் இருபக்கமும் மரங்கள் அடர்ந்த சாலை பாம்பாக நீண்டுகொண்டிருந்தது. இருளோடு கலந்து, இருளிலேயே கரைந்துவிடப் போகிறவன் போலஅவன் வேகமாக நடந்தான். வானம் கருப்பும், நீலமும் பாரித்த விநோதக் கலவையாகா விரிந்து கிடந்தது. நுரையாக மேகங்கள் நகர, நட்சத்திரங்கள் சிதறிக் கிடக்க, துண்டுநிலா மட்டும் தனித்து சுடர் விட்டுக்கொண்டிருந்தது. நான்கு திசைகளையும் நோக்கி விரியும் பாதைகள் வெறிச்சோடிக் கிடக்க, அவன் கிழக்குத் திசையில் திரும்பினான். அவனைத் தொடர்ந்து வருகிறதுபோல நிலவும் நகர்ந்துகொண்டே இருந்தது.

நடக்க நடக்க பயமின்றிப் போனது. சிதம்பரம் வயல்களின் நடுவே ஒற்றையடிப்பாதையில் தொடர்ந்து நடந்து, சரளைக்கல் சாலைதாண்டி தார் ரோட்டில் தொடர்ந்து நடந்து, நின்று ஊரைப்பார்த்தான். இருளில் மூழ்கியிருந்த ஊரைப் பார்க்கையில் மங்கிய புகைப்படம்போலத் தெரிந்தது. அம்மா விழித்தபடியேதான் இருப்பாள் என்று நினைத்துக்கொண்டான். சற்றுத் தூரத்தில், நிரம்பிய பனையன் குளத்திலிருந்து வழியும் நீர்ச்சத்தம் கேட்கத் துவங்கியது. சட்டென்று ஒரு பயம் வந்தது. இன்னும் வேகம் கூட்டி நடந்த போது வியர்க்கத் துவங்கியது.

ரோட்டின் ஓரமாகவே நடந்துகொண்டிருந்தான். வயல்களின் நடுவே முளைத்திருந்த எலெக்ட்ரிக் கம்பியிலிருந்து குருவிகள் சத்தமிட்டுக் கொண்டிருந்தன. மேட்டில் ஏறும்போது குளத்தின் நீர்ப்பரப்பு தெரிந்தது. மருத மரங்கள் அடர்ந்த கரையும், சிமெண்ட் பூசின மாதிரி இருந்த நீர்ப்பரப்பும், வண்டுகளின் இரைச்சலும், தவளைச் சத்தமுமாக இருந்தது. இருளின் துவக்கம் வரை நீண்டிருந்த குளத்தின் பரப்பு அவனுக்குச் சந்தோஷத்தை உண்டுபண்ணியது. அவன் எதிர்பார்த்து வந்ததுபோல, குளக்கரையில் ஈரம் சொட்டச் சொட்ட புடவையும், விரித்துப்போட்ட தலைமுடியுமாக, சின்னவயதில் புருஷனோடு கோபித்துக்கொண்டு குளத்தில் விழுந்து செத்துப்போன மருதப் பெத்தா இல்லை. பேய் என்பதெல்லாம் பொய் என்று, முப்புடாதி சார்வாள் அடிக்கடி சொல்லிக்கொண்டிருப்பார். வகுப்பில் உள்ள யாரும் அதை நம்பவில்லை. சிதம்பரம், அது நிஜம்தான் என்றுஇப்போது நம்பினான். பகல் முழுவதும் நீந்தி விளையாடும் குளத்திற்கு, அப்படியொரு அழகான முகம் இருக்கும் என்றுஅவன் நினைத்துக்கூடப் பார்க்கவில்லை. குனிந்து, ஒரு கல்லை எடுத்து எறிந்தான். அமைதியைக் கிழித்துக்கொண்டு கீழே இறங்கிற்று. மருத மரத்தில் கிளிகள் கத்தின.கரைகடக்க விரும்பித்ததும்பும் சிறுஅலைகளை நின்று பார்த்துவிட்டுப் பிரிய மனமில்லாமல் நடந்தான். அவனுக்குப் பிடித்தமான சினிமா பாட்டை சீட்டியடித்துக் கொண்டான். பஸ் டிரைவர்போல இடதுகையால் கியர் மாற்றி,வலதுகையால் ‘பொப்பாய்ங்...’ என்று ஹாரன் அடித்து, பஸ் ஓட்டுபவன்போல மெல்ல ஓடினான்.

குளத்திலிருந்து வழிந்த நீர் ஓடி, ராஜாக்கள் வீட்டுத் தென்னந்தோ தோப்பின் வழியாக சலசலத்து ஓடையாக ஓடிக்கொண்டிருந்தது. இடப்பக்கம் சூரியகாந்திப்பூக்கள் தலையை தொங்கப்

போட்டுக்கொண்டு நின்றன. மெயின்ரோடு வழியே போகப் பிடிக்காமல், எம்.ஏ.பாய் வீட்டு காட்டுக்குள் வேலிதாண்டிக் குதித்தான். குதித்ததில் தொடையை இறுக்கிப் பிடித்திருந்த கால்சட்டை கிழிந்தது. பதட்டமாக, கிழிசலான பகுதிகளைத் தொட்டுக் கண்டுபிடித்தான். பெரிய கிழிசல் இல்லை. கோயில் கொடைக்கு எடுத்த கால்சட்டை. அப்பா, அவனைக் கூட்டிக்கொண்டு போய் அளவெடுத்துத் தைத்து வாங்கிவந்தது. கோயில் கொடை முடிந்ததும் அம்மா, அதைத்துவைத்து பெட்டிக்குள் வைத்துப் பூட்டிவிட்டாள். குளித்துத் தலை துவட்டும் ஒவ்வொருநாளும், அம்மா அதைப் போட்டுக்கொள்ளத் தருகிறதா என்று கடைக்கண்ணால் பார்ப்பான். அம்மா மறந்தும்கூட தந்துவிடமாட்டாள். அம்மாவிடம் பேசமுடியாது. அம்மா அப்பாவைப் போல் இல்லை . போனதடவை அப்பா ஊருக்கு வந்தபோது, அவரிடம் சொல்லிப் போட்டுக்கொண்டான். கால்சட்டைக்குள் சட்டையைச்சொருகி அப்பா, அவனுக்குமுன் கண்ணாடி பிடித்துக் காட்டினார். அப்படியேதான் பள்ளிக்கூடத்திற்குப் போய்வந்தான்.

”இதுமாதிரி நிறைய எடுப்பம்டா, துட்டு வரட்டும்...”

அவனைப் புரிந்துகொண்டவர்போலச் சொன்னார். ஆனால், அப்பா, அதுபோல எடுத்துக்கொண்டு வரவில்லை. கோவில்கொடை வந்தால் நிச்சயம் புதுச்சட்டையும், கால்சட்டையும் அவனுக்கு உண்டு. அவன் அப்பாவைப் போலவே அவன் குலதெய்வமும் ஏழை. வழிபடுபவர்கள் கொஞ்சம்பேர்தான் இருந்தார்கள். கோவில் கொடை வருடந்தோறும் இல்லாமல் விட்டுவிட்டுத்தான் நடக்கும்.

எள்ளுக் காட்டின் மத்தியில் ஓலைசலசலப்புடன் ஒற்றைப் பனைமரம் நின்றிருந்தது. ஊரில் உள்ள பனை மரங்களில் ஏறி அவன் உச்சிவரைக்கும் சென்றுவிட முடிகிற குட்டை மரம் அதுதான். மரத்தைச் சுற்றிவந்து பார்த்தான். மொட்டை அடிக்கப்பட்டிருந்தது மரம். பனை மரத்திற்குத்தெற்கே எதுவோ சரசரவென்று வருகின்ற சத்தம் கேட்டது. நரி. தொடைகள் நடுங்க, ஓட்டமாக ஓடி கால்சட்டை கிழிந்துவிடாமல் ஜாக்கிரதையாக வேலியைத் தாண்டினான்.

உடலெல்லாம் வியர்த்துக் கொட்டியது. கழுத்துப் பக்கம் கையைத் திருப்பி, வியர்வையைத் துடைக்க முயன்றான். துடைக்கத் துடைக்க நிற்காமல் கசிந்துகொண்டே இருந்தது. அப்பா வியர்க்காமலிருக்க

கழுத்துப்பக்கம் கைக்குட்டையை வைத்திருப்பார். அதுபோல அவனுக்கும் வேண்டும் என்று கேட்டு, நிறைய நாட்களுக்குப் பிறகு ஒன்றுக்கு நான்காக வாங்கி வந்து கொடுத்தார். ஒவ்வொன்றும் ஒவ்வொரு வர்ணம். அப்பாவைப் போலவே காலரில் கைக்குட்டையைச் சொருகிக்கொண்டு பள்ளிக்கூடம் போனான்.

“பெரிய சண்டியரால நீ...” என்று கூறிக்கொண்டே, சார்வாள் பிரம்பை கழுத்தில்விட்டு கைக்குட்டையை வெளியே தூக்கிப்போட்டார், பதிலே சொல்லாமல் அவரைப் பார்த்தான்.

“எடுத்து பைல வச்சுக்க. இதெல்லாம் உனக்கு வேண்டாம்.”

மறுபடி கைக்குட்டை அவனுக்குப் பிடிக்காமல் போய்விட்டது, அவன் சட்டையைக் கழற்றிவிட்டு காற்றுப்பக்கமாய் முதுகைத்திரும்பிக்கொண்டு நின்றான். பனங்காட்டில் சலசலப்பை உண்டு பண்ணிக்கொண்டு வந்த காற்று அவன் முதுகில் மோதிற்று. அவன் அப்பாவை நினைத்துக் கொண்டான். அந்த இருளில் அப்பாவை நினைத்துக்கொள்வது அவனுக்குச் சந்தோஷமாக இருந்தது. அப்பா அடிக்கடி வீட்டுக்கு வந்தால் எப்படி இருக்கும் என்று நினைத்துக்கொண்டான். அவனுக்கு அம்மாவின்மீது கோபமாக வந்தது. இந்த அம்மாதான், அப்பாவிடம் சந்தோஷமாகப் பேசினால்என்ன?

அப்பாவும் இந்த மாதிரி ராத்திரிகளில்தான் வீட்டுக்கு வருவார். அவர் வருகிறநேரத்தில் ஒருநாள்கூட சிதம்பரம் விழித்து இருந்ததில்லை. விடிந்து எழுகையில், பக்கத்தில் படுத்திருப்பார். பர்ஸ் வைத்த பெல்ட்டும், பனியனும் தலைமாட்டில் இருக்கும். அப்பா வீட்டில் இருக்கும் நாட்கள் சந்தோஷமாக இருக்கும். சந்தோஷத்தைக் கலைக்க விரும்பாத மாதிரி அப்பாவும் ஊரைவிட்டுப் போகும் நாளைச் சொல்லவே மாட்டார். பள்ளிக்கூடம் முடிந்து வீட்டுக்கு வரும்போது, அப்பா இருந்த இடம் காலியாக இருக்கும். பணம் சம்பாதிக்கப்போயிருப்பதாக அம்மா சொல்வாள். சொல்லும்போதே அவள் முகம் அவநம்பிக்கையில் ஆழும். அப்பாவைத் தவிர, எல்லோரும் ஊரில்தான் இருக்கிறார்கள். அப்பாவுக்கு ஊரைப் பிடிக்காமல் போனது துரதிர்ஷ்டம்.

ஒரு பர்லாங் தூரம் தாண்டியதும், இசக்கியம்மன் கோவில் பாலம் வந்தது. அப்பாவைப் பற்றி யோசித்துக்கொண்டே வந்ததில் பயமே தெரியவில்லை. காற்றில் உதிர்ந்த புளியம்பழங்கள் தார்

ரோட்டில் சிதறிக் கிடந்தன. யாரோ நேற்று, அம்மனுக்குப் பொங்கல் வைத்திருந்தார்கள். வாழை இலையில் பழங்களும், எரித்து முடித்த ஊதுபத்திக்குச்சிகளும் தெரிந்தன. பொங்கல் வைத்த கல்லின் மேல் தணல் அணையாமல் இருந்தது. ஊமை ஏற்றமாய் ஏறிய ரோட்டில் ஏறினான். யாரோ, இறவையில் கமலையில் தண்ணீர் இறைத்துக் கொண்டிருந்தார்கள். 'க்ரீச்' என்ற சகடைச் சத்தமும் தண்ணீர் விழும் சத்தமும் கேட்டது. நிலாவை திடீரென்று காணவில்லை. இருள் முன்பைவிட அதிகமாகிவிட்டதுபோல உணர்ந்தான். புள்ளிப்புள்ளியாய் விளக்குகள் தெரிய தூரமாய் ரயில் ஒன்று போயிற்று. அது கண்ணிலிருந்து மறையும் வரை பார்த்துக்கொண்டு நின்றான். ரயிலில் பயணம் செய்யாத வருத்தம் அவனுக்கு உண்டு. அப்பா, ஒருதரம் அவனை மெட்ராசிற்கு கூட்டிக் கொண்டு போவதாகச் சொல்லியிருக்கிறார். யோசனையோடு நடந்து, ரயில்வே கேட் தாண்டி, இடைகால் மெயின் ரோட்டுக்கு வந்தான். பள்ளிவாசலில் இடப்பக்கம் திரும்பி, கைலாசா பள்ளிக்கு எதிரே பஸ்ஸிற்காகக் காத்திருந்தான்.

தென்காசி என்று, போர்டு மாட்டிக்கொண்டு வந்த பஸ்ஸில் கூட்டமே இல்லை. கிழடு தட்டிப் போயிருந்த கண்டக்டர்அரைடிக்கட்தான் வாங்கினார். அம்மாவிடம் சொன்னால் சந்தோஷப்படுவாள். அம்மாவோடு பஸ்ஸில் போகும்போதெல்லாம் அரை டிக்கெட் கிடைத்ததே இல்லை. அம்மாவும் சண்டையிட்டுப் பார்த்துவிட்டாள்.

சிதம்பரம், ஜன்னலோர சீட்டில் உட்கார்ந்துகொண்டான். கால்கள் வலிக்கத் துவங்கின. பஸ்சின் வேகத்தில் குளிர்காற்று முகத்தில் அறைந்தது. கண்களை மூடியபடி படுத்துக்கொள்ள ஆசையாக இருந்தது. அப்பாவோடு பஸ்ஸில் வரும்போதெல்லாம் தொணதொணவென்று பேசிக்கொண்டே வருவான். பஸ் நிற்கும்போது, அது எந்த ஊர் என்று கேட்டு மனதிற்குள் வைத்துக்கொள்வான். அப்பாவும் அவனோடு பேசிக்கொண்டே வருவார். அப்பா இல்லாமல் தனியேபோவது அவனுக்குச் சங்கடமாக இருந்தது. அப்பாவைப் பார்க்கப்போவதை நினைத்து அடக்கிக் கொண்டான். மரங்கள் குகை போல சூழ்ந்திருக்க, இருளைக் குடைந்து கொண்டு பஸ் வேகமாய்ப் போய்க்கொண்டிருந்தது.

தென்காசிக்கு நிறைய தடவை வந்திருந்தாலும் அது பழக்கப்படவே இல்லை. சிதம்பரத்திற்கு விதவிதமான வண்ணங்களில் உருமிக்கொண்டு நிற்கும் பஸ்கள். ஜன இரைச்சல், வெளிச்சம்

மின்ன திறந்து கிடக்கும் கடைகள், கோஷங்கள், ஊர்வலங்கள், அலங்காரங்கள் எல்லாம் ஒவ்வொருமுறை வரும்போதும் ஒவ்வொருவிதமாகத் தோன்றும். நடக்கும்போது அப்பா அவன் கையைவிடவே மாட்டார்."பராக்கு பாக்காத, ஊருன்னு நினைச்சியா?" என்பார். தெருக்களின் பெயரோ, திசைகளோகூட அவனுக்கு இன்னும் பிடிபடவில்லை.

அவன் இறங்கியபோது, பஸ் ஸ்டாண்டு கட்டடத்திற்குள் பஸ்ஸை தவறவிட்டவர்கள் தூங்கிக்கொண்டிருந்தார்கள். விசில் சத்தத்தின் பின்னணியில் ஒரு பஸ் புறப்படத் தயாராகிக் கொண்டிருந்தது. பஸ் ஸ்டாண்டிற்குப் பின்பக்கத்திலிருந்த குளமும் நிறைந்திருந்தது.

யோசனையை விட்டுவெளியே வந்தான். ஸ்பீக்கர் அலறிக் கொண்டிருக்க, கடையில் தயக்கத்தோடு வழி கேட்டான். எதிர்சந்தில் திரும்பி கிழக்காக நடந்தா ல்உலகம்மன் கோவில் வந்துவிடும் என்று சொன்னார்கள். நடக்கத் துவங்கியதும் பாதை பழக்கப்பட்டதுபோலத் தெரிந்தது. கையைப் பார்க்க ரேகைகள் தெரிய ஆரம்பித்தது. கொஞ்சநேரத்தில் நன்றாக விடிந்துவிடும் என்பது சந்தோஷமாக இருந்தது. கோவிலைப் பார்த்தான். கோவிலுக்கு முன்பு உள்ள தெருவில் சிலர் கடைகளைத் திறக்க ஆரம்பித்திருந்தனர். தூக்கம் வழியும் முகமும் அவசரமும் நடையுமாக நிறையப்பேர் நடந்து கொண்டிருந்தார்கள்.

"இங்க சீட்டு விளையாடுத இடம் எங்க இருக்கு?" என்று கேட்டான். கேஸட் மாற்றிக்கொண்டிருந்த டீக்கடைக்காரர் இவனை லட்சியம் பண்ணாமல் டேப் ரெக்கார்டரையே நோண்டிக்கொண்டிருந்தான். இவனும் அந்த டேப்ரிக்கார்டரை பார்த்தான். கொஞ்ச நாளைக்கு முன்னால் அவன் வீட்டிலும் ஒரு டேப்ரெக்கார்டர் இருந்தது. அதை எப்படி இயக்குவது என்று அப்பா சொல்லிக் கொடுத்தார். அப்பா ஊருக்குப் போனதும், அம்மாஅதைத் தொடவிடவில்லை. நாள் முழுவதும் அதைப் பார்த்துக்கொண்டே இருந்தான். அடுத்தமுறை ஊருக்கு வந்துவிட்டுப் போகும்போது அதை எடுத்துக்கொண்டு போனஅப்பா வெறுங்கையோடு திரும்பிவந்தார். அம்மா அதைப்பற்றிக் கேட்டபோது எரிந்து விழுந்தார். அம்மாவும் பதிலுக்குச் சீறினாள். எரிச்சலும் சீற்றமும் பற்றியெரிந்த இருவரையும் பார்க்கவே சகிக்கவில்லை, சிதம்பரத்திற்கு. யார் பக்கமும் சேராமல் தனித்தே இருந்தான். அன்றைக்கு ராத்திரி அப்பா, அவனுக்குப் பக்கத்தில் படுத்துக் கொண்டார். அவர்மீது கால்களைத் தூக்கிப்

போட்டுக்கொண்ட போது ஒன்றும் சொல்லவில்லை. விடிந்து பார்க்கும்போது வெறும்பாய்தான் இருந்தது. அப்பாவைப் பற்றி அம்மாவிடமும் கேட்பதற்குப் பயமாக இருந்தது. அம்மாவிற்கு அப்பாவைப் பிடிக்கவேயில்லை.ஏன்? என்று எத்தனை தடவை யோசித்தும் புரியவேயில்லை.

“ஏ, என்னமோ கேட்டியே?”

டேப் ரிக்கார்டரில் சத்தத்தை மீறி, கடைக்காரனின் குரல் வெளியே கேட்டது.

“இந்த சீட்டு விளையாடுத இடம் எங்க இருக்கு?”

“அந்தா நிக்கில்லா லாரி, அதுக்கு எதுத்தாப்ல உள்ள போ. சேது ரெக்ரேஷன் கிளப்னு போர்டு இருக்கும்.”

கிளப் இருளடைந்து கிடந்த சந்தின் கடைசியில் இருந்தது. உட்புறமாகப் பூட்டியிருந்த கதவின்மேல் போர்டு தெரிந்தது. மனிதக் குரல்களே தட்டுப்படவில்லை, உள்ளே லைட் எரிந்துகொண்டு இருந்தது. கதவையே பார்த்துக்கொண்டு நின்றான். பக்கத்து வீடுகளில் தூக்கம் கலைந்து நடமாட்டம் ஆரம்பித்தது. தரையெங்கும் வெளிச்சம்பரவத் துவங்கியபின், இருமலோடு கதவுகளைத் திறந்துகொண்டு யாரோ வெளியே வந்தார்கள். வேட்டியை உதறி கட்டிக்கொண்டிருந்த தலைநரைத்தவர் இவனையே பார்த்தார்.

“இங்க கே.எம்.இருக்காங்களா?”

“கே.எம்மா? நீ யாருடே?”

சொன்னான். சொல்லச் சொல்ல அவர் நெருக்கமாக வந்தார்.

“கே.எம். பையனா? சொல்லுவான். பையன் பார்க்க போகணும், பையனுக்கு அது வாங்கணும், இது வாங்கணும்னு. பெரிய பையனா இருப்பன்னு நெனச்சேன். எப்படிய்யா வந்த? தனியாவா?”

“ம்...”

“ஏல எசக்கி, ஏய்எசக்கீ...” சத்தமாகக் குரல் கொடுத்தார்.

அவசரமாக கதவைத் திறந்து ஓடிவந்தவன், இவனைவிட கொஞ்சம் பெரியவனாக இருந்தான். சாரம் கட்டியிருந்தான். பெரிய காலர் வைத்த அழுக்காகயிருந்த சட்டையைப் போட்டிருந்தான்.

“உள்ள கூட்டிட்டுப் போய் உட்காரச்சொல்லு. டீவாங்கிக்குடு.நீ உள்ள போயி இரு ராசா.”

“அப்பா இருக்காங்களா?”

“யப்பா, நீ இரு ராசா. நான் உன்ன, உங்க அப்பாகிட்ட கூட்டிட்டுப் போறேன். நான் வரலன்னா இன்னொருத்தரு வருவாரு. அவர்கிட்ட சொல்லு, கூட்டிட்டுப் போவாரு” என்று சொல்லிவிட்டுப் போய்விட்டார்.

சிதம்பரம் படியேறி மேலே வந்தான். இரட்டை டியூப் லைட்டுக்குக் கீழே வட்டமான டேபிளும், விரிப்பு கசங்கிய மேஜையில் அடுக்கிவைத்த சீட்டுகளும் கிடந்தன. ஹால் முழுக்க எரிந்த தீக்குச்சிகளும், துண்டுப்பீடிகளும், நசுங்கிய சிகரெட் துண்டுகளும் கிடந்தன. ஜன்னலோரமாக யாரோ, சாரத்தை கழுத்து வரைக்கும் இழுத்துப் போர்த்திக்கொண்டு படுத்திருந்தார்கள்.

“உக்காரு” என்றபடி, இசக்கி பிரம்புச் சேரைக் காட்டினான்.

காற்றில் படபடத்துக்கொண்டிருந்த மாலை பேப்பரை கையில் எடுத்துக்கொண்டு உட்கார்ந்தான். இசக்கி, பக்கத்துச் சேரில் உட்கார்ந்துகொண்டு கண்களை மூடிக்கொண்டான். இருப்புக் கொள்ளவில்லை சிதம்பரத்திற்கு. எழுந்து குறுக்கும் நெடுக்குமாக நடக்கத் துவங்கினான். வறண்டுகிடந்த மூலைப் பானையில் தண்ணீரை எடுத்துக் குடித்தான். கண்ணாடிக்கு மேல் சீப்பு இருந்தது. பார்த்து தலை சீவிக் கொண்டான். வெளிக்கதவை யாரோ தட்டினார்கள். எட்டிப்பார்த்தான். லுங்கியும் காலர்வைத்த பனியனுமாக, குண்டாக ஒரு ஆள் நின்றிருந்தார். பக்கத்தில் சைக்கிள் நிறுத்தப்பட்டிருந்தது.

“எசக்கி இல்லையா?” என்றார்.

“தூங்குதான்.”

“தூங்குதானா, நீ யாரு?”

“என் பேரு சிதம்பரம். எங்க அப்பாவைப் பார்க்கதுக்கு வந்தேன்.”

“யாரு?”

“கே.எம்.”

“கே.எம்மா? இங்க வா. என்ன ஞாபகம் இருக்கா? எங்கூட சின்ன

வயசில சினிமாக்கெல்லாம் வந்திருக்க."

"தெரியல." என்று தலையசைத்தான்.

"உங்க அப்பாவப் பாக்கணுமா நீ?"

"ஆமா."

"எதுக்குடே..."

மௌனமாக நின்றான். அம்மா சொல்லச் சொன்ன பொய்கள் ஞாபகத்துக்கு வந்தன.

"ராத்திரியேவா வந்த?"

"இல்ல, இப்பதான்."

"உங்க அப்பா வேற எடத்துல இருக்கான். நாளைக்குத்தான் பார்க்கமுடியும்."

மௌனமாக அவரை வெறித்தான்.

"ஏதோ, முக்கியமான சோலியா?"

"ஆமா. ரொம்பநாளா ஊருக்கு வரல, பாக்கணும். பாக்காமப் போனா அம்மா திட்டும்."கலக்கமாகச் சொன்னான்.

"சரி, வா."

சைக்கிளில் ஏற்றிக் கொண்டார். தெருக்கள் தெருக்களாக சைக்கிள் நகர்ந்துபோயிற்று. பஸ் ஸ்டாண்ட் தாண்டி, பெட்ரோல் பங்க் தாண்டி, மரக்கடை தாண்டி, பாக்கியலட்சுமி தியேட்டர் வாசல் வந்ததும் மிரண்டுபோய்க் கேட்டான்.

"எங்க மாமா போறோம்?"

"உங்க அப்பாவைப் பார்க்கத்தான்."

"இங்க வேற கிளப் இருக்காமாமா."

"இல்ல, போலீஸ் ஸ்டேஷனுக்கு."

"அங்கு எதுக்கு மாமா?"

பெல்லை அழுத்தி சைக்கிளை வேகமாக மிதித்துக்கொண்டே சொன்னார்.

“உங்கப்பாவ போலீஸ் பிடிச்சுட்டுப் போயிருக்கு.”

“போலீஸா!” என்றபடி, சிதம்பரம் கீழே குதித்தான்.

சைக்கிளை அழுத்தமான பிரேக் போட்டு அவர் நிறுத்த, கோபத்தோடு அவரைப் பார்த்தான்.

“யேய், நீ பாட்டுக்கு குதிக்கியடே, கீழ விழுந்துட்டா என்ன பண்ணுவ. உக்காரு போவோம்.”

”எங்கப்பாவ எதுக்கு போலீஸ் புடிச்சுக்கிட்டுப் போயிருக்கு.”

“வெட்டுச்சீட்டு விளையாடுற இடத்துக்கு யாரையோ பாக்கப் போயிருந்தானாம். அங்க போலீஸ் வந்திருக்கு.”

மௌனமாய் நின்றான். உடல் நடுங்கத் துவங்கியது. தலை சுற்றி இருட்டிக்கொண்டு வந்தது. அவர் அவனையே பார்த்தார். சாரத்தை மடித்துக் கட்டிக்கொண்டு ஓரமாய் ஒன்றுக்குப் போனார். தோளைத் தொட்டு, “வா” என்றார்.

“அவுஹள பார்க்க முடியுமா மாமா?”

“பாக்கலாம்டே. எதுக்கு அழுகுத. அவன் என்ன செய்தான், சும்மா போனவனப் போய் போலீஸ் பிடிச்சுப் போயிடுச்சு.”

போலீஸ் ஸ்டேஷன் வருகிறவரைக்கும் பேசாமல் இருந்தான். தாலுகா ஆபீஸ் எல்லாவற்றையும் உள்ளடக்கிய பெரிய காம்பவுண்ட் சுவர் ஓரமாய் இருந்த பெரிய வேப்ப மரத்தடியில் இருவரும் நின்றார்கள். தொந்தியோடு வேகமாக வந்த போலீஸ்காரர், மாஜிஸ்ட்ரேட் வந்த பிறகுதான் அப்பாவைப் பார்க்கமுடியும் என்றுசொல்லிவிட்டு அவசரமாக நடந்துபோனார்.

“டீ குடிக்கியாடே.”

‘வேண்டாம்’ என்று தலையசைத்தான்.வெளிச்சம் பரவி சுட ஆரம்பித்திருந்தது.அந்த இடம் முழுக்க மனிதத் தலைகளாகத் தெரிந்தன. ஒரு கூட்டம் நின்று, லாட்டரி ரிசல்ட் பார்த்துக் கொண்டிருந்தது.

“வா, உள்ளே போவோம். நேரமாச்சு...” என்றபடி, சிகரெட்டை கடைசியாக ஒருமுறை ஆழ உறிஞ்சித் தூக்கிப்போட்டு விட்டு கூப்பிட்டார். நிதானமாய்நடந்து படிக்கட்டுகளில் ஏறினார். பின்தொடர்ந்து வந்தவனைக் கைகாட்டி, “நில்லு” என்று

சொல்லிவிட்டு அவர் முன்னேறிச் சென்றார். இவன் நின்ற கட்டடத்தின் மறுவாசல் வழியாக ஒரு கூட்டம் உள்ளே நுழைந்தது. போலீஸ்காரர்கள், சப்-இன்ஸ்பெக்டர். கருப்பு கவுன்களோடு வக்கீல்கள் நுழைந்து சலசலத்து அடங்கினார்கள்.

"வா..." என்று அவர் கூப்பிட்டார். அருகில் ஓடிப்போய் நின்றவனிடம், பெரிய அறையில் மறுபக்கத்தில் நின்றிருந்த கூட்டத்தை நோக்கி அவர் கை நீட்டிக்காட்டினார்.

கசங்கிய உடைகளும், அவமானப்பட்ட முகமுமாக நின்ற அப்பாவை சிதம்பரம் பார்த்தான். பார்த்த மாத்திரத்திலேயே அழுகை வந்துவிட்டது. அப்பா தலை குனிந்திருந்தார். "நிஜம்தானா?" என்றார், கருப்புக் கண்ணாடி போட்டிருந்த மேஜிஸ்ட்ரேட்.

"ஆம்" என்று கூட்டத்தில் இருந்து குரல் கேட்டது.

"எல்லாருக்கும் 30 ரூபாய் பைன். யாரு கோயில்புள்ள, அவருக்கு மட்டும் 100 ரூபா."

சிதம்பரம் நடப்பதைக் குழப்பத்துடன் பார்க்க,

"இருடே, பணத்தைக் கட்டி உங்க அப்பாவக் கூட்டியாறேன். வேற எங்கேயும் போயிறாத."

அழுகையை அடக்கிக்கொண்டு தலையசைத்தான். வராண்டாவில் இருந்த மரத்தூணைப் பிடித்துக்கொண்டுநின்றான். அவனைக் கடந்து நிறையப்பேர் போனார்கள்.

"கோயில் புள்ள வாயில சீட்டுக்கட்ட கவ்வக்குடுத்து, அடிச்சூல்ல கூட்டியாந்தாங்களாம். இந்த எஸ்.ஐ. துணிச்சகான ஆளு போலருக்கு."

"எல்லாம் தெரியும். புதுசா வந்தவன் கொஞ்சநாள் துள்ளித்தான் குதிப்பான். கோயில்புள்ள துட்டக் குடுத்து சரிக்கட்டிருவாரு பாருங்க."

சிரிப்பும் கோபமுமாக குரல்கள் தேய்ந்து தேய்ந்து கேட்டுக்கொண்டிருந்தன. சிதம்பரத்திற்கு இருட்டிக்கொண்டு வந்தது. கண்ணீர் வழிந்து காய்ந்துகொண்டிருந்தது. யாரோ தோளில் கை வைத்தார்கள். இவன் விழிக்கும்போது மங்கலாக அப்பா நின்றிருந்தார்.

“ஏல, அழுகாதடா...” அப்பா உலுக்கினார். லுங்கியால் அவன் முகத்தைத் துடைத்தார். கைத்தாங்கலாகப் பிடித்துக்கொண்டு படி இறங்கினார்.

“அந்த மாமாவ எங்கப்பா?”

“போயிட்டாண்டா.” அதற்குமேல் அப்பா பேசவில்லை. காம்பவுண்ட் சுவர் தாண்டி வருகிற வரைக்கும் தலை குனிந்தபடியே வந்தார்.

“இங்க எங்கடா வந்த?”

“உங்களப் பார்க்கத்தான். நீங்க ரொம்ப நாளாஊருக்கு வரவே இல்லல்லா.”

“தனியாவாடா வந்த?”

“ஆமா.”

“அம்மா கிட்ட சொல்லிட்டு வந்தியா?”

“ஆமா.”

“என்ன சொன்னா?”

“உங்கள ஊருக்குக் கூட்டிட்டு வரச் சொன்னா.”

டீக்கடை வாசலுக்கு வந்தார்கள். அவன், அப்பாவையே பார்த்துக்கொண்டிருந்தான்.

“டீ குடிப்பமாடா...”

“சரிப்பா.”

“துட்டு வச்சிருக்கியா?”

சட்டையிலிருந்து எடுத்துக்காட்டினான். அவன், அப்பாவின் கையைப் பிடித்துக் கொண்டான்.

“அப்பா, எதுக்கு உங்கள போலீஸ் புடிச்சாங்க?”

அப்பாஅவன் தோளில் கை வைத்திருந்தார். விரல்கள்பிடரிப் பக்கம் நடுக்கமாய் ஊர்ந்தன. பதில் வரவில்லை.

“ஊருக்கு வருவியள்லா.”

“நீ போப்பா, நான் நாளைக்கு வரேன்.”

வேண்டுதல்

“ஏம்ப்பா?”

“கொஞ்சம் வேலை இருக்கு. போகணும்.”

“ஊருக்கு வாங்களேன், அம்மா எப்ப பார்த்தாலும் அடிச்சிக்கிட்டே இருக்கா.”

“வருவேன்டா, நாளைக்கு ராத்திரி வரேன்.”

“வரும்போது ரப்பர் வச்சு பென்சில் வாங்கிட்டு வாங்கப்பா.”

“சரிப்பா, எத்தனை வேணும்.”

“ஒண்ணுபோதும். ரோஸ் கலர்ல.”

“வாங்கிட்டுவரேன்.” அப்பாவின் குரல் சோகமாக வந்தது.

“ஏன் பேச மாட்டேங்கீங்க.”

“பேசறமில்லடா.”

அவன், அவர் இடுப்பைச் சுற்றி கைகளைக் கோர்த்துக் கொண்டான். வயிற்றில் தலைசாய்த்துக்கொண்டு அழத் துவங்கினான்.

“அழாதப்பா” அப்பா அணைத்துக்கொண்டார். கண்ணீரைத் துடைத்தார்.

“அம்மாட்ட போய் என்னடா சொல்லுவ?”

அப்பாவின் குரல் காதுகளில் பிசிறலோடு கேட்டது. பதில் சொல்லாமலிருந்தான்.

“என்னைய பாக்கலன்னு சொல்லிருதியாடா?”

“ஏம்ப்பா?”

“சொன்னாஅம்மாஅழுவா.”

“அம்மா என்ன கேட்டாலும் சொல்லாத என்ன. நாளராத்திரி கண்டிப்பா வந்துருவேன்.”

“சரிப்பா.”

“துட்டு எவ்வளவுடா வச்சிருக்க.”

நீட்டிய அவன் கையிலிருந்து அப்பா இரண்டு ரூபாயை மட்டும் எடுத்துக்கொண்டார்.

“இங்கேயே பஸ் ஏத்திவிடுதேன். இடைகாலுக்குப்போயி இறங்கி வீட்டுக்குப் போயிடுதியா?”

“ம்.”

“வழி தெரியுமாடா?”

“தெரியும்பா.”

“நடந்துருவியாடா? கால் வலிக்குமே. செருப்புகூட போட்டுக்கிட்டு வரலையேடா.”

“செருப்புபிஞ்சுடுச்சுப்பா.”

“வாங்குவோண்டா. புதுசா வாங்குவோம்.”

பஸ் ஏறுகிறபோது கவலையாக இருந்தது அவனுக்கு.

“அம்மா போகச் சொல்லுதான்னு சீட்டுக் கிளப்புக்கெல்லாம் வராதடா. இதெல்லாம் உனக்குத் தெரியவேண்டாம்.”

தலையசைத்தான். பஸ் நகரத் துவங்கியது. அப்பாவின் முகத்தைப் பார்க்கையில் பாவமாக இருந்தது, அம்மாவின் ஞாபகம் வந்தது. சிதம்பரம் கண்களை மூடிக்கொண்டு அம்மாவிடம் சொல்லவேண்டிய பொய்களை யோசிக்கத் துவங்கினான். பஸ் வேகமெடுத்து விரைந்து கொண்டிருந்தது.

- கணையாழி

பிழைத்து வந்தவன்

முகம் தெரியாத இருளில் உத்வேகத்தோடு மழை பெய்து கொண்டிருக்க, முழுக்க நனைந்து அந்தக் கிராமத்துத் தெருவில் நின்றிருந்தேன். நேராக சீராக இல்லாமல் வீடுகள், அங்கும் இங்குமாய் சிதறி வளர்ந்திருந்தன. எல்லாக் கதவுகளும் பூட்டிக் கிடந்தன. என்னைத் தவிர எந்த உயிர்களும் என் கண்ணில் படவேயில்லை. அடிக்கடி மின்னல் பளீரிட்டு, அந்தச் சூழலில் இருந்து சட்டென்று நான் விடுபட முடியாத தன்மையை எனக்குச் சொல்லிக்கொண்டே இருந்தது. குளிரில் உடல் நடுங்கிற்று, பற்கள் ஒன்றோடொன்று அடித்துக் கொண்டன. திசை தெரியவில்லை. நேரம் தெரியவில்லை. மழைக்கு பாதுகாப்பாக ஒண்டிக்கொள்ள எந்த இடமும் இல்லை. தூரமாய் கடல் தெரிந்தது. ராட்சத அலைகள் எழும்பி எழுந்து அடங்கும் சத்தம்மட்டும் கேட்டது. ஒரு வீட்டுச் சுவரில் சாய்ந்தவண்ணம் வானத்தைப் பார்த்துக்கொண்டிருந்தேன். இப்படி ஒரு சூழலில் அந்த இடத்திற்கு வந்திருக்க வேண்டுமா? என்ற கேள்வி எழுவதற்கே இடமில்லை. அந்தக் கேள்வி எழுந்திருந்தால் என்னை நானே திட்டித் தீர்த்து விசனப்பட்டுக் கொண்டாவது நின்றிருக்கலாம். நான் அங்கு கண்டிப்பாக வந்தே ஆகியிருக்கவேண்டும். என் நண்பன் அங்கு எங்காவது ஓரிடத்தில் தற்கொலை செய்துகொண்டு, பிணமாய்க் கிடப்பான் என்று நான் நம்பினேன். நான் தேடிக்கொண்டு வருவேன் என்ற கடைசி நேர நம்பிக்கையோடும் ஆசையோடும்தான் எனக்கு அவன், அந்தக் கடிதத்தை எழுதியிருப்பானா என்று எனக்குத் தெரியாது.

முதல்நாள் மாலையில்தான் அந்தக் கடிதத்தைப் பிரித்துப் பார்த்தேன். தற்கொலை செய்துகொள்ள முடிவுசெய்த சில நிமிடங்களில் சந்திரசேகரன் எனக்கு எழுதியது அது. தற்கொலை செய்துகொண்டு சாகப்போகிற ஒரு மனிதனின் கையெழுத்து அவ்வளவு அழகாக இருக்குமா? சிறு அடித்தல் திருத்தல்கூட இல்லாமல் தெளிவாக இருந்தது. சந்திரசேகரன், முழுமையான போதையிலும் நிதானம் தவறாதவன். சொன்னதைச் செய்து காட்டுகிற ஜாதியும்கூட. இந்த, சொன்னதைச் செய்துகாட்டுகிற குணம், அல்ப விஷயங்களோடு நின்றுவிட்டதுதான் அவனது துரதிர்ஷ்டம். இந்தத் தற்கொலை முடிவுகூட அற்ப விஷயமாகத்தான் எனக்குப்பட்டது. எல்லோரும் அதனை செய்துகொண்டு இந்த உலகிலிருந்து பிரிந்து போய்விடும் சாத்தியக்கூறுகளைப் பற்றி யோசித்துக்கொண்டேதான் வாழ்ந்து கொண்டிருக்கிறோம். சந்திரசேகரனுக்கு என்ன இழப்போ, என்ன விரக்தியோ? எனக்கு நிச்சயமாகத் தெரியவில்லை. கடைசி மாத்திரையை விழுங்கிக்கொண்டுதான் அவன் கடிதத்தை போஸ்ட் செய்திருப்பான் என்று நம்பினேன்.

நானும் சந்திரசேகரனும் எப்படி நண்பர்களானோம் என்பது எங்கள் இரண்டு பேருக்குமே வெகுநாட்கள் விடைதெரியாத புதிராக இருந்தது. அடிப்படையில், என்னைப் பார்த்து பெருமைப்பட அவனுக்கும், அவனைப் பார்த்து பெருமைப்பட எனக்கும் காரணங்கள் இல்லாதது எங்கள் நட்பை பலப்படுத்தியிருக்கலாம். அவனை எங்கு சந்தித்தேன் என்று தெளிவாக எனக்கு நினைவிருக்கிறது. நாங்கள் பழகி வெகுநாட்கள் கழித்து பழைய துணிகள் வாங்குபவரிடம் என் பேண்டை போட்டபோது. அவனை நான் முதன்முதலாக சந்தித்த போது, அந்த பேண்டை நான்அணிந்து கொண்டிருந்ததை அவனும் ஞாபகப்படுத்தினான்.

அவன் என்ன வேலை செய்து கொண்டிருக்கிறான் என்று எனக்கு வெகுநாட்களாகத் தெரியாது. நாங்கள் முதன்முதலாய்ச் சந்தித்த அடுத்த நாளே என்னைத் தேடிக்கொண்டு என் ரூமிற்கு வந்துவிட்டான். மறுபடி மறுபடி நிறையத் தடவைகள் வந்தான். நிறைய பேசுவோம். வருகிறேன் என்று கிளம்பிப்போய்விட்டால் மறுபடி எப்போது வருவான் என்று சொல்லமுடியாது. நள்ளிரவிலும், அதிகாலையிலும் ஒருவர் இன்னொருவரைச் சந்திக்க சாத்தியப்படாத நேரங்களிலெல்லாம் வருவான். அவன் வருகைகள் குறித்து கவலைப்படாத, எதிர்பார்க்காத நான், ஒரு கட்டத்திற்குப்

பின் 'அவன் வரமாட்டானா' என்று எதிர்பார்க்க ஆரம்பித்தேன். எனக்கும், அந்தக் காலகட்டத்தில் நண்பனாக உணரக்கூடிய அளவில் அவன் ஒருவன்தான் இருந்தான். எல்லோரையும்போல என்னிடமும் சொல்லிப் பகிர்ந்துகொள்ள கோபங்களும், சோகங்களும் இருந்தன.

அப்போது நான் வேறுவழியே இல்லாமல் ஓரிடத்தில் வேலை பார்த்துக் கொண்டிருந்தேன். இருநூற்றி ஐம்பது ரூபாய்தான் சம்பளம்.22 வயது இளைஞன் ஒருவனுக்கு அது தாண்டி என்னென்னவோ கனவுகள் இருந்திருக்கக்கூடும். நான் 16 வயதில் சவரம் செய்ய ஆரம்பித்து 22 வயதில் அடர்த்தியான தாடி வளர்ந்துவிட்டது. இரண்டு ஜீன்ஸ் பேண்ட் மூன்று சட்டைகள் வைத்திருந்தேன். சென்னையில் நான்கைந்து இடங்களில் காட்டப்படுகின்ற நல்ல படங்களுக்கு நண்பர்களோடு போவேன். சம்பளம் வாங்கியதும் கொஞ்சம் புத்தகங்கள் வாங்குவேன்.

பணக்காரர்கள் நிறைய வசிக்கின்ற சில ரோட்டின் கடைசியில் பணக்கார வீடுகளில் குப்பைகள் போடுகிற இடத்திற்கு எதிராய் என் அறை இருந்தது. ஜன்னல் இல்லாத, வெளிச்சம் உட்புகமுடியாத, சதாகாலமும் வியர்த்துக் கொட்டுகிற, வாடகை குறைச்சலான அறை. அந்த வேலையில் இருந்தும், அந்த அறையில் இருந்தும் என்னை மாற்றிக்கொள்ள தருணம் பார்த்துக்கொண்டே அவற்றை உறுதியோடு பற்றிக்கொண்டிருந்தேன். அந்த வேலையையும் விட்டுவிட்டால் பட்டினி கிடக்கவேண்டியதுதான். நான் பார்த்த வேலைகளில் அந்த வேலைதான் திருப்தியாக இருந்தது. என்னை வேலைக்கு வைத்துக் கொண்டிருந்தவர், என்னை ஒரு வேலைக்காரனாக நடத்தவில்லை. அவர் படிக்காதவர் என்றாலும், எல்லோரும் ஓரிடத்தில் கைகட்டி பல்லை இளித்துக்கொண்டு, யார் முன்னாலாவது வந்து நின்றுகொண்டுதான் இருக்கிறோம். அப்புறம் இதில் என்ன முதலாளி, தொழிலாளி, பெரியவன், சின்னவன் என்பார். அவர் தத்துவம் எனக்குப் பிடித்திருந்தது. ஆனால் அவர் தந்த சம்பளம் எனக்குப் போதவில்லை.

அந்த இடத்தில் வேலைக்குச் சேரும் முன்பு பத்து இடங்களில் அவரது வேலை பார்த்திருப்பேன். சாதாரண உடுப்பி ஹோட்டல் சர்வர் வேலை முதல் ஐந்து நட்சத்திர ஹோட்டல்களில் கோட்டு அணிந்து செய்கின்ற ஸ்டூவர்ட் வேலை என எத்தனையோ வேலைகள் செய்துசலித்துவிட்டேன். கடைசியாக, இந்த வேலைக்கு வந்தேன். வேலை இல்லாத சமயங்களில் என் முதலாளி பற்றிய

குமைச்சல் இல்லாது என்னால் இருக்க முடிந்ததே எனக்கு மிகப்பெரிய சந்தோஷத்தைத் தந்தது.

மாதத்தின் முதல் வாரத்தில் 50 ரூபாய்க்கு மேல் ஒருநாளும் என்னிடம் இருந்ததில்லை. அந்த ஐம்பது ரூபாய்தான் அந்த மாதம் முழுக்க என் கைச்செலவுக்கு. வெளியில் போகும்போது பணத்தை வீட்டிலேயே வைத்துவிட்டுப் போய்விடுவேன். அப்படி இப்படி என்று சமாளித்து, பத்தாம் தேதி வாக்கில் 10 ரூபாய் செலவு செய்தால் ஆச்சரியம்தான். சந்திரசேகரன் பழக்கமான பிறகு, அந்தப் பணத்தை முதல் வாரத்திலேயே செலவு செய்துவிடுவோம். எதிர்பாராத நேரங்களில் எல்லாம் சந்திரசேகரன் கையில் பணத்தோடு வந்து நிற்பான். நான் சுயமாக சமைக்கக் கற்றுக்கொண்டிருந்தேன். அகால வேளைகளில் சமைத்துச் சாப்பிட்டுக்கொண்டும், முழுமையான ராத்திரிகள் பேசிக்கொண்டும் இருந்திருக்கிறோம். ஒரு மாதக் கடைசியில், ரூமுக்குள் புழுக்கமாக இருக்கிறது என்று காற்று வாங்க மெயின் ரோட்டில் நடந்துசென்றபோது சந்தேகக் கேசில் பிடிபட்டு,போலீஸ் கேட்ட கேள்விகளுக்குப் பதில் சொல்லாமல் சிரித்து, அடிவாங்கி அறைக்கு வந்து சேர்ந்திருக்கிறோம்.

நிலையில்லாமல், அங்கும் இங்கும் அலைந்து கொண்டிருந்த எங்கள் பேச்சு ஒருகட்டத்தில் எங்களை நோக்கித் திரும்பியது. எங்கள் இரண்டு பேர் வாழ்க்கையுமே வெளியே தெரியாதபடி உட்பக்கமாக சிதைந்து அழுகி நாற்றமெடுத்துக் கொண்டிருந்தது. நாங்கள் முன்னோர் போதித்து அமைத்துக் கொடுத்த வாழ்க்கைபற்றிய குறைகளை எல்லாம் அழித்துவிட்டு, எங்களில் இருந்த உயிரோட்டம் மிக்க ஒரு வாழ்க்கையைத் துவக்க வேண்டிய கட்டாயத்தில் இருந்தோம். நான் திருநெல்வேலி பக்கம் இருந்தும், அவன் நாகர்கோவில் பக்கம் இருந்தும் வந்திருந்தோம்.

அவன்தான் முதலில் சொன்னான். நான் மௌனமாகக் கேட்டுக்கொண்டிருந்தேன். தன் அப்பா, சின்ன வயதிலேயே இறந்துபோனது பற்றி, அம்மா உறவினர்களின் பிக்கல் பிடுங்கல்களிடையே அக்காவையும் அண்ணனையும் அவரவர் வாழ்க்கையை அவரவரே தீர்மானிக்க வேண்டும் என்ற பிரக்ஞையோடு வளர்த்தது பற்றி, அக்கா முதலில் படித்து முடித்து சென்னைக்கு வந்து பள்ளியில் டீச்சராக தன் வாழ்க்கையைத் துவங்கியது பற்றி, அக்கா காலூன்றிக் கொண்டபோது அம்மா,

அண்ணன் சகிதமாக சின்னவயதில் சந்திரசேகரன் சென்னை நோக்கி வந்ததுபற்றி எல்லாம் விவரமாகச் சொன்னான்.

சென்னைக்கு வந்த சிலமாதங்களில் அண்ணன் நிறையக் கற்றுக்கொண்டான். நகரம், அவன் இயல்புகளை எல்லாம் அழித்துக் கோரமாக்கியது. எப்படி ஆனான் என்று தெரியாமலேயே அண்ணன் பணக்காரனாக ஆரம்பித்தான். பணக்காரனான தன் நோக்கத்தையும் அண்ணன் தெளிவாகச் செயல்படுத்தினான். பணக்காரனாக அண்ணன் மாறியதன் நோக்கம் வாழ்க்கையை அனுபவிப்பது. அனுபவிப்பது என்பது கண்மண் தெரியாமல் குடித்தல், விதவிதமான பெண்களோடு புணர்தல். காசுவைத்து சீட்டு ஆடிவருவது லட்சமா போவது ஆயிரங்களா என்ற சஸ்பென்சில் திளைத்துப் போதல். கடைசியில், அவன் கொள்கைகளோடும், குறிக்கோள்களோடும் நகரத்தின் ஒரு மூலையில் சிதைந்துபோனவனாக தண்டவாளத்தில் கிடந்தான். எப்படி பணக்காரன் ஆனான் என்பது தெரியாத மாதிரியே, எப்படி செத்துப்போனான், எதற்காக செத்துப்போனான் என்பதும் தெரியாமலே போயிற்று. அண்ணன் செத்துப்போவதற்கு கொஞ்ச காலத்திற்கு முன்புதான் அக்காவிற்கு திருமணமானது. அத்தானும் வேலைக்குப் போகிறவர்தான். வீட்டோடு மாப்பிள்ளையாக வந்து விட்டார். அண்ணனின் மரணம் அம்மாவை நடைப்பிணம் ஆக்கியது.

பதினாறு, பதினேழு வயதிலெல்லாம் சந்திரசேகரன், மிகச்சிறந்த ஓட்டப்பந்தய வீரனாக வருவான் என்று எல்லோரும் நினைத்துக் கொண்டிருந்தார்களாம். சென்னையில் அப்போதிருந்த ஓட்டப் பந்தய வீரர்கள் நான்கு பேருக்கும், அவனுக்கும் மாநில அளவில் 100 மீட்டர் ஓட்டப் பந்தயத்தில் இரண்டு செகண்ட் வித்தியாசங்கள்தான் இருந்தனவாம். திருவனந்தபுரத்திற்கு ஸ்போர்ட்ஸ் மீட் போனபோது மாணவிகளோடு வந்த மைதிலி டீச்சரோடு, எல்லோரும் தூங்கிக்கொண்டிருந்த இரவில் புற்கள் வளர்ந்துகிடந்த மைதானத்தில் தனியாகச் சந்தித்து, வயசு வித்தியாசம் இல்லாமல் தொட்டுப் பேசி, சிரித்து, அத்துமீறி நெருக்கமாகி, சந்தோசமாய் சென்னைக்கு வந்த கொஞ்சநாளில் அவன் வேகம் எல்லாம் குறைந்துபோனதாம். 'மைதிலி... மைதிலி...' என்று, தறிகெட்டு அலைந்துகொண்டிருந்த காலத்தில் அண்ணனின் இறப்பும் சேர்ந்துகொள்ள, படிப்பை விட்டுவிட்டு கிளம்பிய

காலகட்டத்தில்தான் நாங்கள் சந்தித்துக்கொண்டோம் என்று அவன் சொன்னான்.

நாளடைவில், அண்ணனின் இழப்பு பொருளாதாரரீதியாகவும் வீட்டுக்குள் பிரச்சினைகளை உண்டுபண்ணிற்று.தனது இருப்பு அக்காவுக்கும் அத்தானுக்கும் பிரச்சினைகளைத் தர, உடனடியாக எங்காவது வேலைக்குச் சேர்ந்துவிடுகிற செயலில் இறங்கியிருக்கிறான். வேலைக்குச் சேரும் இடங்களிலெல்லாம் ஏதாவது காரணம் சொல்லி, சண்டை போட்டுத் திரும்பிவிடுவானாம். நாங்கள் சந்தித்தபோது ஒரு இன்டீரியர் டெக்கரேஷன் கம்பெனியில் வேலை பார்த்துவந்தான்.

கடைசியாக நாங்கள் சந்தித்துக்கொண்டபிறகு சந்திரசேகரனை வெகுநாட்களாக காணவில்லை. நான் தேடவும் இல்லை. வருவான் என்ற நம்பிக்கை மட்டும் இருந்தது. வேலைக்குப் போகிற நேரம் தவிர, எஞ்சிய நேரங்களில் சமைக்க, பாத்திரம் கழுவ, துணிகளைத் துவைத்துக்கொள்ள எனக்கும் நேரம் சரியாக இருந்தது. அவனும் பார்க்கவராமல் போகவே, ஒரு முதிர்ந்த கிழவியைப் போன்ற மனநிலைஎனக்கும்வாய்த்துவிட்டது.

ஆனமட்டிற்கும் உழைத்து, தூரப் போட்டேயாகவேண்டும் என்ற நிலைக்கு என் செருப்புகள் வந்தபோது, நான் மளிகைக் கடை பாக்கியில் கொஞ்சம் குறைத்து ஒரு செருப்பு வாங்கிக் கொண்டேன். மளிகைக் கடைக்காரன் பாக்கியை தந்தே ஆகவேண்டும் என்று என்னை நச்சரித்துக் கொண்டிருந்த ஒருநாள், சந்திரசேகரிடம் இருந்து ஒரு கடிதம் வந்தது. ராமநாதபுரத்திற்குப் பக்கத்தில் உள்ள குக்கிராமம் ஒன்றின் கடற்கரையிலிருந்து எழுதுவதாக அதில் குறிப்பிட்டிருந்தான். கடிதத்தோடு சொருகி இருந்த பணத்தை மளிகைக் கடைக்காரனுக்குக் கொடுத்தேன். உற்சாகமாக நேரில் பேசிக்கொள்வது போன்ற உணர்வோடு பக்கம்பக்கமாய் கடிதம் எழுதினேன்.அவனும்எழுதினான்.

'வருகிறேன்' என்றுகூடசொல்லிக்கொள்ளாமல், ஒரு தீபாவளிக்கு முதல் நாள் சென்னைக்கு வந்து நின்றான். கப்பல்களை விலைக்கு வாங்கி உடைத்து, பாகம் பாகமாய் விற்கும் கம்பெனி ஒன்றில் வேலைக்குச் சேர்ந்திருந்தான். கடல்பற்றி, அலைகளின் உயரம்பற்றி, வாரத்திற்கு ஒரு தடவை சிறிய மீன்பிடிப் படகுகளில் கிராமத்திற்கு வந்துபோவதுபற்றி, தூக்கம் வராமல் இரவு முழுக்க கடலை, வானத்தை,

நட்சத்திரங்களை தினம் தினம் தான் ரசித்துக்கொண்டிருப்பது பற்றியெல்லாம் சொன்னான். வெகுநாட்களுக்குப் பிறகு ஹோட்டலுக்குப் போய் ஆசைப்பட்டதையெல்லாம் சாப்பிட்டோம். அந்த தீபாவளிக்கு வந்திருந்த படத்தை பிளாக்கில் டிக்கெட் வாங்கிப் பார்த்தோம். தியேட்டரிலிருந்து ரூம் வரைக்கும் பேசிக்கொண்டே நடந்தோம். வந்தும் பேசிக்கொண்டிருந்தோம். இருள் பிரிவதற்குமுன்பாக சந்திரசேகரன் கிளம்பிப் போனான். வழக்கம்போல, கொஞ்சநாள் கடிதம் இல்லை. வரும் என்று எதிர்பார்த்துக் கொண்டிருந்தேன். நான் நினைத்தமாதிரி கடிதம் வந்தது. காலையில் வந்த கடிதத்தைப் பிரித்துக்கூட பார்க்காமல், சட்டைப் பையில் வைத்துக்கொண்டு வேலைக்குப் போய்விட்டேன். சாயங்கால வாக்கில்தான் எதேச்சையாக ஞாபகம்வர எடுத்துப் பிரித்துப் பார்க்கையில் அதிர்ந்து போனேன். ‘தற்கொலை செய்து கொள்ளப் போகிறேன், உங்களுக்கு எதுவும் செய்யாமல் போகிறேன். என்னை மன்னித்துவிடுங்கள்’ என்று, நாலே நாலு வரியில் கடிதம்.

என்ன செய்வதென்று தெரியாமல் தடுமாறிப் போனேன். அவன் அக்காவைப் பார்த்துச் சொல்லலாம். சொல்லி ஒன்றும் ஆகப்போவதில்லை. குழம்பிவிடுவார். நான் நிச்சயமாக சந்திரசேகரன் செத்துப்போயிருப்பான் என்று நம்பினேன். நொந்து நொந்து வாழ்ந்துகொண்டிருந்த என் சூழலில் ‘ஹோ’ என்று பெருங்குரலெடுத்து அழ எனக்குப் பிடிக்கவில்லை. அவன் இடத்தைத் தேடிக்கொண்டு போனால், எப்படியும் அவன் உடலைப் பார்த்துவிடலாம் என்று தீர்மானித்தேன். அன்றைக்கு வெள்ளிக்கிழமைவேறு. எந்த வட்டிக்கடையும் திறக்கவில்லை. திருவல்லிக்கேணி முழுக்க அலைந்து அலைந்து கைக்கடிகாரத்தை அடகு வைத்துப் பணம் வாங்கிக்கொண்டு பஸ்ஸில் ஏறி உட்கார்ந்து கொண்டேன். அது நல்ல மழைக்காலம். தொடர்ந்து மழை வரலாம் என்று எச்சரித்திருந்தார்கள். பஸ் மெதுவாகக் கிளம்பி மெதுவாகவே போயிற்று. வழிநெடுக பல இடங்களில் வெள்ளப்பெருக்கு. புதிய பாதைகள் அமைத்திருந்தனர். இரவு வாக்கில்தான் ராமநாதபுரத்திற்குப் போக முடிந்தது. சந்திரசேகரன் வேலை பார்த்த இடங்களைப் பற்றி எனக்குத் தெரிந்த தகவல்களை ஒன்றுதிரட்டிச் சொன்னேன். வாலிநோக்கம் என்ற ஊருக்குப் போகும் டவுன் பஸ்கள் மழை காரணமாக ரத்து செய்யப்பட்டிருந்தன. வெகுநேரம் விசாரித்து, அங்கிருந்து மினி லாரி ஒன்றில் அந்தக் கிராமத்திற்குப் போனேன். ஊர் எல்லையிலேயே என்னை இறக்கிவிட்டு லாரி

போய்விட்டது. மழையோடு அந்த ஊரில் நுழைந்தேன். எங்கும் சாப்பிடாதது மழையோடு நடக்கையில் பசியெடுக்க ஆரம்பித்தது. எந்த நேரமும் மயக்கமாகி கீழே விழுந்துவிடலாம் என்று பயந்தேன். எல்லா வீடுகளும் பூட்டிக்கிடந்தன. ஆள்தெரியாத ஊரில் அந்த மழையில் கதவைத் தட்டி விசாரிக்க கூச்சமாக இருந்தது. ஒவ்வொரு வீட்டுவாசலிலும் மழையில் நனைந்தபடி, கொஞ்சநேரம் நின்று, ஏதாவது அசைவுகள் தெரிகிறதா என்று பார்த்தேன். ஆவேசமாகப் பெய்துகொண்டிருந்த மழையையும், என்னையும் தவிர வேறு எதுவும் தெரியவில்லை. வானம் இருண்டுகிடந்தது. பேயாய் வீசிய காற்று, மழை, அலைகளின் சப்தம் எல்லாமும் என்னைப் பயமுறுத்தின. அந்த மழையில், அந்தக் குளிரில் சந்திரசேகரனைத்தேடி அலைவது எனக்கு ஒரு பொருட்டாகத் தெரியவில்லை. எப்பாடுபட்டேனும் அவன் உடலைப் பார்த்துவிடவேண்டும் என்று முடிவு செய்து கொண்டேன். குளிரில் உடம்பெல்லாம் நடுங்கிற்று. இந்நேரம், சந்திரசேகரின் உடல் சில்லிட்டுப்போயிருக்கும் என்று நினைத்துக்கொண்டேன். ஒரு வீட்டுச் சுவரின் ஓரமாக சாய்ந்து உட்கார்ந்து கொண்டேன். என் காலடியில் ஆற்றைப்போல நீர் ஓடிக்கொண்டிருந்தது. உடை முழுக்க மணலாகியிருந்தது. ஒவ்வொரு வீடாகப் பார்த்துக்கொண்டிருந்தேன். மழை, அதன் ஆக்ரோஷம் எல்லாம் தணிந்து நின்றது. எழுந்து சட்டையையும் பேண்ட்டையும் கழற்றிப் பிழிந்து போட்டுக்கொண்டேன்.ஒரு வீட்டில்,ரொம்பநேரம் கதவைத் தட்டியபின் திறந்தார்கள். அனாவசியமான கேள்வி ஏதும் இல்லாமல் உள்ளே வரச்சொன்னார்கள். துண்டை வாங்கி தலையைத் துவட்டியபடி, சந்திரசேகரன் பற்றிய விவரங்களைச் சொல்லி, அந்த இடத்திற்குப் போகவேண்டுமென்றுசொன்னேன்.

பின், சட்டென்று அந்த இடத்திற்குப் போகமுடியாது என்பது தெரிந்து போயிற்று. நான் வந்த இடம் சரியான இடம்தான். சந்திரசேகரன் வேலை பார்த்த *sea heron* என்ற கப்பல், கரையிலிருந்து நான்கு மைல் தூரத்தில் நின்று கொண்டிருந்தது. எந்த மார்க்கத்திலும் கடல் சீற்றம் தாண்டி உள்ளே போகமுடியாது. மழை ஒருவார காலத்திற்குத் தொடர்ந்து பெய்யும் என்று சொன்னார்கள். ஊருக்குப் போய்விடுவதுதான் நல்லது என்று சொன்னார்கள். சந்திரசேகரன் பற்றி விவரங்களைச் சொல்லி, அவனைப்பற்றி எனக்கு உடனே கடிதம் எழுதும்படி சொன்னேன். மழை நின்றதும் கண்டிப்பாகச் செய்கிறோம் என்றார்கள்.

என்னை இறக்கிவிட்டுப் போன மீன் லாரி திரும்பிவந்தது. லாரி டிரைவருக்கு என்னை அடையாளம் தெரிந்தது. பஸ்ஸில் என்னை சென்னைக்கு ஏற்றிவிடுவதாகச் சொன்ன அந்த டிரைவர், நான் யார்? எதற்காக வந்தேன் என்று மறுபடி மறுபடி விசாரித்தான். நான் எல்லா விவரங்களையும் சொன்னபிறகு, ஏதாவது கள்ளக்கடத்தல் வேலையாகத்தான் வந்திருப்பதாக நினைத்துக்கொண்டதாகச் சொன்னான். ராமநாதபுரம் வந்ததும் பசியில் நிறையச் சாப்பிட்டேன். பஸ்ஸில் ஏறி உட்கார்ந்துகொண்டபோதுதான் உடல் முழுதும் வலியோடு இருப்பதை உணர்ந்தேன். எப்போது தூங்கினேன் என்பது எனக்கு நினைவில்லை. விழித்துக் கொண்டபோது சென்னைக்கு மிக அருகே பஸ் வந்துகொண்டிருந்தது. தள்ளாடிக்கொண்டுதான் ரூமை நோக்கிப் போனேன். படுத்துக்கொண்டபோது நான் காய்ச்சலாக இருப்பதை உணர்ந்தேன். சுயஉணர்வு இல்லாமல், இரண்டுநாளாக படுத்த படுக்கையாகக் கிடந்த என்னை பக்கத்து ரூம்காரர்கள்தான் சந்தேகப்பட்டு, கதவை உடைத்து திறந்து பார்த்தார்கள். டாக்டர், மருந்து, மாத்திரை, அவஸ்தை என்று மூன்று நாட்கள் கழிந்தன. எழுந்து நடமாட ஆரம்பித்து, முதலாளி வீட்டுக்குப்போனேன். எனக்குப்பதிலாக வேறு ஆளை வேலைக்குச் சேர்த்திருந்தார்கள். எதுவும் பேசாமல் திரும்பிவிட்டேன். அடுத்தகட்டமாக என்ன செய்யலாம் என்று குழம்பினேன். வேலை தேடிக்கொள்வது என்பது சிரமமான காரியமாக எனக்குத் தோன்றவில்லை.

நிறைய இடங்களில் வேலை தேடி அலைந்து, அவர்கள் மறுபடியும் வரச் சொன்ன தேதியை மட்டும் ஞாபகத்தில் வைத்திருந்தேன். பணம் முழுவதுமாக செலவாகியிருந்தது. உடல் மெலிவைக் காரணம்காட்டி வீட்டு வாடகையை மறுமாதம் தள்ளிவைத்திருந்தேன். மளிகைக்கடை அண்ணாச்சியும் இரக்கம் காட்டியிருந்தார். கதவைப் பூட்டிக்கொண்டு தூக்கம் வராமல் புரண்டுகொண்டிருந்த ஒரு இரவின் அகாலவேளையில், வெளியே கதவைத் தட்டிக்கொண்டு சந்திரசேகரன் நின்றிருந்தான்.அவனைப் பார்த்த சந்தோஷத்தில் நான் கத்திய குரலுக்கு, அடுத்த அறைக்காரன்எழுந்துவிட்டான்.

தோளில் தொங்கிய கருப்புப் பையும், கனத்த சூட்கேசுமாக சந்திரசேகரன் வந்திருந்தான். கொஞ்சம் தளர்ந்திருந்தான். என்ன பேசுவது என்று எனக்குத் தெரியவில்லை. என்னையும் பார்த்துப் பார்த்து சிரித்தபடியே நீண்டநேரம் மௌனமாக உட்கார்ந்து கொண்டிருந்தான். அவன் வாயிலிருந்து வரப்போகிற

வார்த்தைகளுக்காக நானும் ஆவலுடன் காத்திருந்தேன்.

“இந்தப்பக்கம் ஏதாவது கடை திறந்திருக்குமா?” ஏதோ ஞாபகம் வந்தவன் போலக் கேட்டான். அப்போது நள்ளிரவு தாண்டிவிட்டது.

“மெயின் ரோட்டுக்குப் போனா இருக்கலாம்” என்றேன்.

“போகலாம்” என்று எழுந்துகொண்டு, தன் பேண்ட்டை கழற்றிப் போட்டுவிட்டு லுங்கியைக் கட்டிக்கொண்டான். பேசாமலேயே மெயின் ரோடு வரைக்கும் வந்தோம். கொஞ்சநேரத்தில் மூடப்போகிற அறிகுறியோடு ஒரு கடை திறந்திருந்தது. ஒரு பாக்கெட் கோல்ட்பிளேக் கிங்ஸ், உருளைக்கிழங்கு சிப்ஸ்,சோடா பாட்டில்கள் எல்லாம் வாங்கிக் கொண்டான்.திரும்பும்போதும் நாங்கள் எதுவும் பேசிக்கொள்ளவில்லை வந்து அவசர அவசரமாக பையைத் திறந்து விஸ்கி பாட்டிலை எடுத்தான். வெளிநாட்டுத் தயாரிப்பு. நான் டம்ளர்களைக் கழுவிக் கொண்டுவந்தேன். இரண்டு ரவுண்டு முடிந்தபிறகு,

“லட்டர் கிடைச்சுதா?” என்றான்.

“ஆம்” என்று தலையாட்டினேன்.

“என்ன நெனச்ச?” என்றான்.

“நீ சொன்னமாதிரி செஞ்சுருவன்னுநினைச்சேன்” என்றேன்.

“செஞ்சேன். பாத்துக்காப்பாத்திட்டாங்க” சொல்லிக்கொண்டே, மறுபடியும் கொஞ்சம் ஊற்றிக் கொண்டான்.

“என்ன நடந்துச்சு, எதற்காக இந்த முடிவுக்கு வந்த?” என்றேன். ‘ப்ச்’ என்றுவிட்டு, சிகரெட்டை பற்றவைத்துக் கொண்டான். அந்தக் கேள்வியைத் தொடர்ந்து, கேட்க வேண்டாம் என்று முடிவு செய்துகொண்டேன். நானும் அவனுடன் நிறையக் குடித்தோம். பேச்சிடையே சிகரெட்டை பற்றவைத்துக் கொண்டேன். அவனைத் தேடிக்கொண்டு போனதை கொஞ்சநாள் கழித்துச் சொல்லலாம் என்றுபட்டது. என்னைவிட அவன் நிறையக் குடித்தான். என்னைப் பற்றி விசாரித்தான். வேலை போய்விட்டதைப்பற்றி சொன்னேன். ரூமை விட்டு வெளியே வந்தோம். நல்ல காற்று அடித்தது.

“இனி, உன்கூடத்தான் இருக்கப்போறேன். நம்ம ரெண்டுபேரும் முதலில் வேலை தேடலாம்” என்றான்.

அடுத்தநாளே நாங்கள் வேலை தேட ஆரம்பித்தோம். சந்திரசேகருக்குத்தான் முதலில் வேலை கிடைத்தது. அவன் அண்ணனுக்குத் தெரிந்தவர்கள் மூலமாக ஒரு கம்ப்யூட்டர் சென்டரில் வேலை. கொஞ்ச நாளில் எனக்கும் நான் நினைத்தமாதிரி சினிமா டைரக்டர் ஒருவரிடம் அசிஸ்டன்ட் வேலை கிடைத்தது. வேறு ரூம் பார்த்தோம். தெரிந்த இடத்தில் வட்டியில் கடன் வாங்கி அட்வான்ஸ் கொடுத்தோம்.

முன்புபோல் அல்லாது அம்மாவைப் பார்க்கப்போகிற நேரங்களில் எல்லாம் அவன் அத்தான் அன்பாய், நெருக்கமாய்ப் பேசுகிறார். அண்ணனைப்போல் இல்லாது சந்திரசேகரன் ஒழுங்காக ஒரு வேலையில் இருப்பது, தள்ளாத வயதிலிருக்கும் அவன் அம்மாவிற்கும் மகிழ்ச்சியாய் இருக்கிறதுஎன்றுசொன்னான்.

போன வாரத்தில் ஒருநாள், பழவந்தாங்கல் அக்கா வீட்டிற்குப் போய்விட்டு வந்தவன் சந்தோஷமாக இருந்தான். நிறையப் பேசணும் என்றான். மொட்டைமாடிக்குவந்தோம்.

“கல்யாணத்தப் பத்தி என்ன நினைக்கற?”

“நல்லவிஷயம்தான்.”

“நான் கல்யாணம் பண்ணிக்கலாம்னு இருக்கேன்.”

“நல்லது, பண்ணிக்க. உனக்கும் முப்பது வருஷம் முடியப் போகுது.”

“இன்னும் என் முடிவச் சொல்லல. அக்கா வீட்ல யாரோ வந்து கேட்டாங்களாம், பொண்ணு பெரம்பூரில் டீச்சரா ஓர்க் பண்ணுதாம்.”

“ரொம்பநல்லது” என்றேன்.

ஒரு பெண்ணைக் காதலித்ததாகவும், அவள் வேறுஎவனையோ கல்யாணம் பண்ணிக்கொண்டதாகவும் அதனால் மனமுடைந்து தற்கொலை செய்துகொள்ள முயற்சித்ததாகவும், ராமநாதபுரம் லாட்ஜ் ஒன்றில் ரூம் பாய் பார்த்து காப்பாற்றி விட்டதாகவும் கொஞ்ச நாளைக்கு முன்புதான் சந்திரசேகரன் என்னிடம் சொல்லியிருந்தான். நானும் சிரித்துக்கொண்டே அவனைத் தேடிப்போனதைச் சொன்னேன்.

கேட்டுவிட்டு, “நல்லவேளை, நாம சந்திக்கல. சந்திச்சிருந்தாநான்,

மெட்ராஸ் வந்திருக்கவே மாட்டேன். வாழ்க்கையில நிறைய விஷயம் எனக்குப் புரியாமலேயே போயிருக்கும்." என்றான். மழை வருவதுபோலத் தோன்றிற்று.

"வர்றியா, தூங்கணும். காலையில சீக்கிரமாப் போகணும்" என்றபடி இறங்கினான்.

நான் மாடியிலேயே நின்றேன். காற்றோடு சிறுசிறு துளிகளாய் மழை விழுந்தது. நான் மழையில் நனைந்து கொண்டே, என்னுடன் சந்திரசேகரன் இல்லாத என் அடுத்தகட்ட வாழ்க்கையைப் பற்றி தீவிரமாக யோசித்துக் கொண்டிருந்தேன்.

- கணையாழி

மாடத்தி

1

இரவில், வயற்காட்டில் அழுகுரல் கேட்பதாக ஊர்முழுவதும் பேச்சு பரவத் தொடங்கியிருந்தது. ஆரம்பத்தில் யாருக்கும் அந்தப் பேச்சுகுறித்த ஆர்வம் இல்லாமலிருந்தது. ஆனால் தெரு முக்கு, பிள்ளையார் கோவில், காப்பிக்கடை என்று இரண்டு ஆட்கள் கூடுமிடத்தில் அது,முதல் விஷயமாகப் பேசப்பட்டு மூன்றாவது, நான்காவது நபரும் சேர்ந்துகொண்டனர். சின்னவயதுப் பயல்கள் செவிகொடுக்க வந்தபோது பெரியவர்கள் விரட்டினார்கள். அவர்கள் வீட்டில் போய் அதை ரகசியம்போலச் சொல்ல பெண்களுக்கும் ஆர்வம்வந்தது. அவர்கள் கேட்க முயன்றபோது, 'வாய மூடிக்கிட்டுக் கெட, எவஞ் சொன்னான்?' என அடக்கப்பட்டார்கள்.

அதன்பின் அழுகுரலை முதலில் கேட்டவர் யார்? என்று அறியும் முயற்சி ஊருக்குள் துவங்கியது. அவர் சொன்னார், இவர் சொன்னார் என்று ஆரம்பித்து, எவருக்கும் யார் தமக்குச் சொன்னார்கள் என்று சொல்லத் தெரியாமல் அந்தத் தேடல் நின்றுபோயிற்று. ஊருக்குள் இப்படி ஏதாவது புரளிகள் பரவி, வந்ததுபோல் காணாமல்போவது வழக்கமான நிகழ்வுதான் என்பதால் யாரும் கவலைப்படவில்லை.

சில வாரங்களில் மீண்டும் அந்தப் பேச்சுவந்தது.சொன்னவன், சக்கிலியக்குடி, கோட்டை. அதி காலையில் கிழக்குத் தெரு அச்சமட்டியார், காப்பிக்கடையைத் திறக்க வீட்டுக்கதவைத் திறக்க வரும்போது, வாசலில் உட்காந்திருந்தவனைப் பார்த்து

மிரண்டு விட்டார்.

"ஏல யாரு?" என்று, பயமும் ஆவேசமுமாகக் கத்த, வீடு விழித்து, தெரு கூடிவிட்டது.

சக்கிலியன்கோட்டை, நேராக சுடுகாட்டிலிருந்து வந்திருந்தான். முதல்நாள் ஊருக்குள் ஒரு சாவு. வாழ்ந்து அனுபவித்த கட்டை. ஆலியாட்டமும் வேட்டுமாய் சுடுகாடு கொண்டுவைத்துவிட்டு வந்த ஜனம் தூங்கிக்கொண்டிருக்கும் காலைவேளையில் கோட்டை வந்திருக்கிறான். முகம், பயமும் பீதியுமாகக் கிடந்தது.

"என்னடா, ஏன் இப்பிடி உட்கார்ந்திருக்க?" என்று கேட்ட குரலுக்கு, முகம் பார்க்காமலேயே பதில் சொன்னான்:

"சாமீ, அழுகச் சத்தத்த கேட்டேன்."

"கேட்டியா?"

நான்கைந்து பேர் ஒன்றாகக் குரல் கொடுத்தார்கள்.

"பாத்தேன். நல்ல நெலவு வெளிச்சம்தலைய விரிச்சுப் போட்டுக்கிட்டு பம்பு செட்டு தொட்டி மேல உக்காந்து அழுதுக்கிட்டிருந்துது..."

"அப்புறம்?"

"கையி காலெல்லாம் நடுங்கிடுச்சு. நடக்கமுடியல. தலசுத்துது, கண்ணு இருட்டுது..."

"என்னல சொல்லுத, சுடுகாட்டுல பொணத்த எரிக்கற நீயே இப்படிச் சொன்னன்னா?"

"பேயின்னா பயந்தாங்கள..."

"ஏல, ராத்திரி பூராம் பொணத்த எரிச்சுக்கிட்டு வந்து உக்காந்துக்கிட்டு வந்து பேயி, பிசாசுன்னு சொல்லுத. ஏன், அந்த வயக்காட்டு வழியா போன?"

"சத்தம் வருது சத்தம் வருதுன்னு ஊருக்குள்ள பேச்சு வந்தத நான் நம்பல. அதுதான், அந்த வழில வந்தேன்"

"அப்ப, அது நெஜந்தானா? நீ பாத்தியா?"

"பாத்துட்டுத்தான வந்து இப்படிக் கிடக்கேன். நல்ல நெலா வெளிச்சம். காத்து வீசுது. வயக்காட்டுக்குள்ள எங்கனயோ

கெடந்து நரி ஊளை விடுது. அங்கன குத்தவச்சு மாடத்தி அழுதுக்கிட்டிருக்கா?"

"நல்லா முகத்த பாத்தியாடா?"

"மொகத்த வேற பாக்கணுமாய்யா? கண்ணீரும் கம்பலையுமா கேவிக்கேவி அழுகுதா? என்ன பாத்துடுவாளோன்னு ஆமணக்குச் செடிக்குள்ள போய் ஒளிஞ்சுக்கிட்டேன். அவ மேக்க பாக்க இருக்கா, நா கெழக்க இருந்து வாரேன். ஈரச் சேல, தல விரிஞ்சுகெடக்கு. ஆவலாதி சொல்லுதமாதிரி பேசிக்கிட்டே அழுவுதா."

"என்ன, என்னடா சொன்னா?"

"என்ன சாமி, ஈரக்கொல நடுங்குங்கேன். விவரம் கேக்கிய..." என்றவன், அமைதியாக இருந்துவிட்டு,

"கண்ணால பாத்தேன். என்ன செய்யணுமோ செய்யுங்க?"என்று எழுந்து நடக்கத்துவங்கினான்.

கூட்டம் பின்னால் செல்ல,

"நில்லுடா"

பெரிய பாட்டையா கத்தினார். அவர் ஊருக்குள் பெரியவர்.ஊர் அவருக்குக் கட்டுப்படும். கோட்டை நின்றான்.

"என்னடா, நீ பாட்டுக்கு போயிட்டு இருக்க?"

"முடியல சாமி. நாலு மடக்கு சாராயம் குடிச்சாத்தான் நடுக்கம் நிக்கும்போல இருக்கு."

"சரி, முடியும்போது வா. பேசணும்."

தலையாட்டியபடியே யாரையும் திரும்பிப் பார்க்காமல் ஓட்டமும் நடையுமாகப் போய்விட்டான். ஜனம் மிரட்சியோடு நின்றது. கோட்டை, ஊர்ப் பிணம் எரிப்பவன். அவனே பயந்திருக்கிறான் என்றால் அவதான். அழுகச்சத்தம் கேட்டுச்சு. அழுகச்சத்தம் கேட்டுச்சுன்னு ஊருக்குள்ள பேச்சு வந்தது நெஜந்தான். ஒருவரை ஒருவர் பார்த்துக் கொண்டார்கள். யாருக்கும் என்ன பேசுவதென்று தெரியவில்லை.

2

ரத்தினசாமியின் கிணறு வயக்காட்டுக்கு தெக்கே இருந்தது. மாவட்டத்தில் அந்தமாதிரி கிணறு இல்லை என்று பேசிக்கொள்வார்கள். இரண்டு கிணறை ஒன்றாக வெட்டிய நீள அகலம். நல்ல ஆழம். ரெண்டு மோட்டார். கிணறு வெட்டி மண் தோண்டும்போது, அள்ளிய சரளைக்கற்கள் பக்கத்தில் குட்டி மலைபோலக் கிடந்தது. சுற்றி தென்னை மரங்கள்.உச்சியில் ரெண்டு கொடுக்காப்புளி மரங்கள். மரத்தில் தூளிகட்டி பச்சைக் குழந்தைகள் தூங்கும். ஆட்கள் மேலேறி மேலேறிப் பதிந்த ஒற்றையடித் தடம். கூலி ஆளுங்களுக்கு மத்தியானச் சாப்பாடு அங்கேதான், எந்நேரமும் பறவைச் சத்தம் கேட்கும். எந்தக் கோடைப் பகலிலும் அங்கு நிழல் கிடக்கும். கிணற்றில் எப்போதும் நீர் இருக்கும். இரண்டு நாள் தொடர்ந்து மழைவந்தால் நீர், நிலமட்டம் வந்துவிடும். யாருக்கும் குளிக்க அனுமதி இல்லை. 'ஒண்ணுகெடக்க ஒண்ணு ஆச்சுன்னா யாரு அலையுதது' என்பான், ரத்தினசாமி. பம்ப் செட் மீது ஏறி, கிணற்றில் குதித்து அலையடிக்க அவன் குளித்ததை அபூர்வமாக சிலர் பார்த்திருக்கிறார்கள். ஒருமுறை, ரகசியமாகக் குளித்த சிலரின் துணிகளைக் காணவில்லை. அது, அவன் வேலைதான். ஆனால் யாருக்கும் அவனிடம் கேட்கத் துணிவில்லை. வாழை இலையில் மானத்தை மறைத்துக்கொண்டுஅவர்கள் ஊருக்குள் ஓடினார்கள்.

ரத்தினசாமி ஒரு முசுடன். கல்யாணவயசு. வாழ்க்கை அவனுக்கு எதையும் காட்டாமல் கடந்துபோயிருந்தது. சொன்னா வெளையற நஞ்சை. நல்ல தண்ணிப்பாடு. என்ன இருந்தும் சிரிக்க துட்டு குடுக்கணும் அவனுக்கு. வயலுக்கு வரும் யாரையும் கண்டுகொள்ள மாட்டான்.ஆட்கள் வந்துபோவதால் பயிருக்குப் பாதுகாப்பு. சோத்துக்கு மிளகாய்கூட அவனிடம் சொல்லிக்கொண்டுதான் பறிப்பார்கள். எடுத்துக்கங்க என்று மனசாரச் சொல்ல மாட்டான். கேட்காததுபோல, பார்க்காததுபோல நிற்பான்.

"வடக்கோரத்துச் செடில நாலு கத்திரிக்கா நேத்து கெடந்துச்சு. ரெண்டு வெளஞ்சது, ரெண்டு பிஞ்சு நாலையும் இன்னிக்கி காணல" பொத்தாம்பொதுவாக சொல்லிச் செல்வான். யாரும் வாய் தொறக்கமாட்டார்கள்.

களை எடுத்துக்கொண்டே மாடத்தி அவன் குரலில் சொல்வாள். வடிவானவள் அவள். சிரித்துவிட்டுப் பேசுவாள். சிரிப்பை

எல்லோருக்கும் வரவழைப்பாள்.

“எங்க போயிருக்கும்?” எவளோ எங்கிருந்தோ கேட்க,

“ராத்திரில வந்த நரி கொண்டுபோயிருக்கும்.”

வயல் காட்டில் சிரிப்பு அள்ளும்.அப்படி ஒருநாள் மாடத்தி சிரித்தபோது கடகப் பெட்டியில் ஆமணக்கு ஒடித்துப் போட்டுக்கொண்டு மறைவாய் நின்ற ரத்தினசாமி பார்த்துவிட்டான். அவன் அதைப் பார்க்காதவன்போலப் போனதை, மாடத்தியும் இன்னும் சிலரும் பார்த்துவிட்டார்கள்.

“அவுஹ காதுக்குப் போயிராம” என்று மாடத்தி கேட்டுக் கொண்டாள். அவளோட ‘அவுஹ’ மாசாணம். அவள் புருஷன். ராத்திரி கல்யாணம் நடந்த அடுத்த ராத்திரிக்குள் அவனோடு பிணக்கு வந்துவிட்டது. மாடத்தி வீட்டுக்கு வந்துவிட்டாள். பலர் சொல்லியும், அவளைப் பெத்தவர்கள் அழுது திட்டியும் அவள் போகவில்லை. மாசாணம் அவளையே சுற்றி வந்தான். அவள் குளத்தில் குளித்துவிட்டு வந்து சேலை மாற்றுவதை திருட்டுத்தனமாகப் பார்த்தான். அவள் கத்தி ஆட்களைத் திரட்டினாள். ‘அவந்தான்’ என்று, அவள் காட்டிக் கொடுக்கவில்லை. அவன்மீது இன்னும் கோபம் வந்தது. ஒருமுறை, வீடு வந்து அவள் கையைப் பிடித்து இழுத்து, அவளிடம் கடிபட்டான். ஊரார் கேட்டபோது நாய்க்கடி என்றான்.

கோயில் கொடை அன்று தலைநிறையப் பூவும் பொட்டுமாய் இருந்த அந்த அழகியை ஆவிசேர்த்துக் கட்டிப்பிடித்தான். அவள் கூச்சலில் ஆட்கள் ஓடிவந்து பிரித்துப் போட்டார்கள். பாட்டையா வீட்டில் விசாரிக்கப்பட்டான். ‘ஆசை’ என்றான். எல்லோரும் சிரித்தார்கள். 'பொண்டாட்டிதான' என்றான். ‘சரிதான’ என்று சிலர் சொன்னார்கள். ’அவளுக்கு விருப்பமில்லன்னா விட்டுரணும், மறுபடி இந்தமாதிரி வச்சுக்கப்படாது’ என்று முடிவு சொல்லப்பட்டது. வெத்தலையில் சத்தியமும் கேட்கப்பட்டது. மறுபடி கை நீண்டால் போலீஸ் வரும் என்று சொல்லப்பட்டது.

இரண்டுமுறை அவள், அவன் கண்ணில்பட்டபோது” ஒரு நா, உனக்கு இருக்குட்டீ...” என்றான்,கண்கள் சிவக்க. அவள் அதை பேச்சுவாக்கில் சிலரிடம் சொல்லிவைத்தாள்.

இப்போது மாடத்திக்கு ரத்தினசாமியும் எதிரியாகிவிட்டதாக

எல்லோரும் பேசிக் கொண்டார்கள். ஏன் வம்பு? என்று, தன் வழக்கமான குலுக்கல் பேச்சை நிறுத்திவிட்டாள்மாடத்தி.

ஒருமுறை, வரப்பில் எதிரெதிராக ரத்தினசாமியைப் பார்க்கவேண்டி வந்துவிட்டது. குனிந்து நடந்துவந்த இருவரும் ஒருவரையொருவர் பார்த்து ஒரேநேரத்தில் விலக, ஒரேநேரத்தில் நிற்க, இருவருக்குமே சிரிப்பு பிச்சுக்கிட்டு வந்துவிட்டது.

அப்போதிலிருந்து மாடத்தி பழையவளானாள். எல்லோருக்கும் அது குறுகுறு என்றிருந்தது. எல்லாக் கண்களும் அவளைக் குதறின. அவள் இல்லாத நேரத்தில் அவள் பேச்சுதான். ரத்தினசாமிக்கும் மாடத்திக்கும் இதுவோ? உரிமையாய் அவள் வெண்டைப்பிஞ்சைக் கடிப்பதென்ன, துவரக்காயை உரிப்பதென்ன, யாவாரி கழித்துப்போட்ட சூத்தக் கத்திரிக்காயை அவள் எல்லோருக்கும் பங்குபிரிச்சுக் குடுப்பதென்ன, மார்புக்குமேல் பாவாடையைத் தூக்கிக் கட்டிக்கொண்டு மல்லாக்கப் படுத்து ரத்தினசாமியின் கிணற்றில் நீச்சல் அடிப்பதென்ன, மாடத்தியின் வாழ்வில் ஒரு ஆண் வந்திருப்பதை எல்லாப் பெண்களும் உணர்ந்துகொண்டார்கள்.

எல்லோருக்கும் குறுகுறு என்றிருந்தது.

3

ரத்தினசாமி கிணற்றில் பொணம் கிடப்பதாக ஊருக்குள் தகவல் வந்தது, ஒரு மழைக்காலத்தில். பயிர்பச்சை வாசமும், மங்கலான வெளிச்சமும், தவளைச் சத்தமும், தூரத்தில் விழுந்து கலைந்த இடியும், நீர் சலசலப்பும் தாண்டி ஊர் ஓடியது. கிணற்றை அடைந்தபோது கனத்த மழையும், கும்மிருட்டும் வந்துவிட்டது. தீப்பெட்டிகள் நனைந்து விட்டன. சிலோனில் இருந்து வந்திருந்த மூணுகட்டை வின்சிஸ்டர் பேட்டரி ஒரு வீட்டில் இருந்ததை யாரோ எடுத்துவந்தார்கள். பெட்ரோமாக்ஸ் லைட் வாடகைக்கு எடுத்துவர ரெண்டுபேர் கிளம்பிப் போனார்கள்.

ரத்னசாமியின் கிணத்துக்கு நட்டநடுவாக செவப்பு சேலை கட்டியிருந்த பொணம் குப்புறக் கிடந்தது. தொடுகைக் கம்பால் இழுத்துத் திருப்பிப் போட்டார்கள். எல்லாக் கண்களும் அதிர்ந்து பார்த்தன. மாடத்தி.

ஊருக்குள் போலீஸ் வந்தது பகலில்.

“கொடிக்குறிச்சி மாமா வீட்டுக்குன்னுதான் போனா.மழ. வயக்காட்டு வேலை இல்ல. வீடு ஒழுகுது. போயிட்டு வரட்டுமேன்னு விட்டேன். இப்பிடி ஆச்சே, இப்பிடிஆயிடுச்சே ஆத்தா...” மாடத்தியின் அப்பன் கங்கன் அழுதான்.

“என்ன பிரச்சினை அவளுக்கு?”

எல்லோரும் யோசித்தார்கள். அவள் புருஷனைப் பற்றிச் சொன்னார்கள்.

குடித்துவிட்டுக் கிடந்த மாடத்திக்கு ஒரு இரவு மட்டும் புருஷனான மாசாணம் வந்து, சேந்தான்.

“உண்மையச் சொல்லீரு.”

“எனக்குத் தெரியாது.”

ஏட்டையா ஓங்கி கன்னத்தில் ஒரு அறைவிட்டார். பல் உடைந்து ரத்தம் வந்தது.

“போலீஸ் அறைன்னா அறைதான். போட்ட போட்டுல குத்தாலத்து அருவிமாதிரி ரத்தம் கொட்டுது பாரு.”

கூட்டத்தில் சபாஷ் போட்டார்கள்.

ஆனால் மாசாணம் சொன்னதையே சொன்னான். “எனக்கு எதும் தெரியாது. நான் அவளப் பாத்தே ரொம்பநாள் ஆச்சு.”

“அப்பிடியா? ரொம்பநாள் ஆச்சா? நீ சொல்லுதத நான் நம்பணுமா? கொஞ்சம் இரு, கேக்கறவிதமா கேக்கேன்.”

ஏட்டையாவும் பாட்டையாவும் அங்கும்இங்கும் சென்று ரகசியம்போலப் பேசிக்கொண்டார்கள், யாரும் அசையாமல் என்ன நிகழப்போகிறது என்று பார்த்துக் கொண்டிருந்தார்கள். வடை தின்று, டீ குடித்து, பாசிங் ஷோ சிகரெட்டும் பிடித்த கொஞ்சநேரத்தில் ஏட்டையா, “ஒரு தகவல் வந்திருக்கு? யாரு ரத்தினசாமி?” என்று கேட்டார்.

ரத்தினசாமி அஞ்சு கிலோமீட்டர் தள்ளியிருந்த சுரண்டைக்குப் போயிருந்தான். புதுரக நெல் விதை வந்திருக்கிறது என்று கேள்விப்பட்டிருந்தான், மொளகா யாவாரி அவனுக்கு நெருக்கம். அவரோடு அங்கிருந்து திருனெவேலி போய் ஊர் சுற்றிவிட்டு,

அவனைத் தேடிப்போன ஆள் சொன்ன தகவல்கேட்டு, பிளசர் எடுத்துக்கொண்டு பதட்டமாக ஊருக்குள் வந்தான்.

ஏட்டையா கேட்ட கேள்விக்கு, ”ஐயோ ஐயையையோ... நா அப்பிடியா, யாராவது சொல்லுங்க” என்றான். யாரும் எதுவும் சொல்லவில்லை. யார் எது சொன்னாலும் அது அவர்களுக்கு சிக்கலைக் கொண்டுவரும்.

நான்கைந்து பேர் வேனில் வந்து மாடத்தி பொணத்தை தூக்கிப் போனார்கள். மாசாணமும், ரத்தினசாமியும் விசாரணைக்குப் போனார்கள்.

“அடிச்சுக் கொன்னு பொணத்த தூக்கிப் போட்டிருக்கு.”

“ஒரு ஆளு வேலை இல்ல, ரெண்டு ஆளு.”

“கைய வச்சிருக்கானுவோ.”

யாராய் இருக்கும்? சாத்தியமான எல்லா வழிகளிலும் விசாரணை நடந்தது. எதுவும் பேரவில்லை. ரத்தினசாமிக்கு ஒரு ஆணாக, பெண்ணைச் சந்தோஷப்படுத்துவதில் பிரச்சினை. அதனால்தான் அவன் கல்யாணமே பண்ணிக்கொள்ளவில்லை என்ற விஷயம் போலீசால் கண்டு சொல்லப்பட்டது.

மாசாணம் ஒருமாதிரியாக இருந்தான். யாருடனும் பேசவில்லை. தொடவே விடாதவள் நெஞ்சில் நெருப்பு வைத்துவிட்டு வந்திருந்தான்.கிணற்றுப் பக்கம் யாரும் போகவில்லை.

சிலநாள் கழித்து, இரண்டு டீசல் மோட்டார் கொண்டுவந்து நாள் முழுக்கக் கிணற்றுத் தண்ணீரை இறைத்துக் கொட்டினார்கள், காலியான கிணற்றின் ஆழத்தை எல்லோரும் ஆச்சர்யமாகப் பார்த்தார்கள்.

சிலநாளில் தண்ணீர் பொங்கி மேலே வந்துவிட்டது. யார் கிணற்றைப் பார்த்தாலும், மாடத்தி சிவப்பு சேலை கட்டி பிணமாக மிதந்த காட்சியே தெரிந்தது.

ஒருநாள், ஊர்க்கோடி ஆலமரத்தில் தொங்கினான், மாசாணம். ‘மாடத்திமீது உசிரையே வைத்திருந்தான்’ என்றார்கள்.

மாடத்தி உயிர்போனது போனதுதான். எப்படி யாராய் இருக்கும் என்று பலரும் குழம்பினார்கள். சிஐடி போலீஸ் விசாரிக்கிறது. விரைவில் பிடித்துவிடுவார்கள் என்று நம்பப்பட்டது.

அந்த வருஷம் ரத்தினசாமி வயலில் வெள்ளாமை இல்லை. யாரும் அவனிடம் கேட்கவில்லை. முளைத்தது, காய்த்தது எல்லாவற்றையும் ஆளாளுக்கு அள்ளிப் போனார்கள். அவன் அவமானம் தாங்காமல் வீட்டுக்குள்ளேயே இருந்தான்.

ஒரு வருடத்தில் எல்லோருக்கும் எல்லாமும் மறக்கத்துவங்கியிருந்தது. மெல்ல ஊர் விசேஷங்களில் ரத்தினசாமி கலந்துகொள்ள ஆரம்பித்தான். அப்படியே வயலுக்கும் வர ஆரம்பித்தான்.நின்று விவசாயம் பார்க்காமல் ஆய்க்குடி வெத்தல யாவாரிக்கு நிலத்தைப் பாட்டத்துக்கு விட்டுவிடலாம் என்று யோசித்தான்.தூரத்துச் சொந்தத்தில் புருஷன இழந்த ஒருத்தியை அவன் கட்டிக்கிடுவானா? என்ற கேள்வி வந்தபோது, 'சரி' என்றுவிட்டான். எப்படி? என்று அனைவருக்கும் ஆச்சர்யம்.

"அவனுக்கு அதுல பிரச்சினை இருக்கே?" என்றவர்களுக்கு, "அது ஒண்ணுதான் கல்யாணத்துக்கு முக்கியமா?" என்று பதில் சொன்னவர்கள், கேள்வி கேட்டவர்களைவிட வயதானவர்களாக இருந்தார்கள். "பணம் வச்சிருக்கான்ல, வேற எதும் தேவையில்ல போல அவளுக்கு" என்று, வரப்போகிறவளை புறம்பேசினார்கள். இதெல்லாம் நடந்துகொண்டிருந்த வேளையில்தான், வயற்காட்டில் கேட்ட அழுகுரல்பற்றி எல்லோரும் பேச ஆரம்பித்து, சக்கிலியன் கோட்டையும் அதை நேரிலும் பார்த்திருந்தான்.

4

மாலையில்தான் கோட்டை வந்தான். நெற்றிமுழுக்க குங்குமமும் திருநீறும் பூசியிருந்தான். நீண்ட மயிரை முடிச்சுப் போட்டுக் கட்டி, வெற்றிலைக்கறை உலர்ந்த உதட்டோடு நின்றான். இந்தமுறை கூட்டமும் கேள்விகளும் அதிகமாக இருந்தன.

"எதுக்கு நான் பொய்சொல்லப்போறேன். கண்டதச் சொன்னேன்."

"ஏண்டா அவ அழுதா, போய் என்னன்னு கேக்கவேண்டியதுதான?"

"இன்னிக்கு போறியாடா?"

"சாமீ, சாகச் சொல்லுதியளா?"

"அவ நல்லவதான, நாலஞ்சுபேரா போய்ப் பாருங்க."

"யாரு அந்த நாலுபேரு?"

"தீக்கு பேயி பயப்படும்..."

"சாமியாடுதவன் ரெண்டுபேர் கூடப் போங்க."

"நீ பாக்கும்போது மணி என்னடா இருக்கும்?"

"நிலா நட்ட நடு வானத்துல இருந்துச்சு."

சாதிக்கு இருவர் என்று முடிவாயிற்று. நள்ளிரவில் ஊர் கூடி அனுப்பிவைத்தார்கள். அன்று அழுகுரல் கேட்கவில்லை.

அடுத்த நாளும்

அதற்கு அடுத்தநாளும்

அதன்பிறகு யாருக்கும் அதில் ஆர்வமில்லை.

ஆனாலும் இனிமேல் ஊரில் பிணஎரிப்பு பகலில்தான் என்று கோட்டை கண்டிப்பாகச் சொல்லிவிட்டான்.

ரத்தினசாமி வெற்றிலைக் கொடிக்காலுக்கு பாட்டத்துக்கு வயலைக் கொடுத்துவிட்டான். மணி முதலியார் ஆட்களோடு வந்து தோதுபார்த்துப் போனார். ரத்தினசாமியின் வயலைச் சுற்றி அகத்திக் கன்றுகள் வைக்கப்பட்டன. அவை வளரும்போது வேலியாகிவிடும். வயல் உழவு நடந்ததைப் பார்க்க மணி முதலியார் தனியே வந்தார். குளக்கரையில் லூனா வண்டியையும், செருப்பையும் கழற்றிப் போட்டுவிட்டு, வயலுக்குள் நடந்துவந்துகொண்டிருந்தவருக்கு, பட்டப்பகல் கிணற்றில் யாரோ துணியை அடித்துத் துவைக்கும் சத்தம் கேட்டது. தூரத்திலிருந்து பார்க்க, சிவப்புச் சேலை கிணற்றுக்கு மேலே வந்து வந்து போயிற்று. அருகே நடக்க, நடக்க சத்தம் கொஞ்சம் கொஞ்சமாக நிற்க, கிணற்றிலும் யாரும் இல்லாதிருக்க, மணி முதலியார் மயங்கி விழுந்தார்.நினைவு வந்தபோது,

"பாத்தேன்... பாத்தேன்..." என்றார்.

ஜனங்களுக்குப் புரிந்துபோயிற்று. வந்தது அவதான். மாடத்தி.

5

உழுததோடு நிலம் கிடந்துபோயிற்று. அப்படியே கிடந்த தண்ணீரில் தூசு விழுந்து நிறம் மாறிப்போயிற்று.ஆட்கள் போய்வர புதுப்பாதை எடுக்க, கேட்பாரற்ற நிலமாக ரத்தினசாமியின் நிலம் ஆயிற்று.

"யேய், நீ யாருகிட்டயும் சொல்ல வேண்டாம். நா, கேக்கேன். அவளோட எதாவது வம்பு வழக்கு வச்சுக்கிட்டியா?" என்று ஒருநாள் பாட்டையா, ரத்னசாமியைச் சந்தித்து அவன் நிலைக்காக வருந்தி, அவனுக்கு எதாவது செய்யவேண்டுமென்று அக்கறையோடு கேட்டார்.

"காசு வேணும்னு ஒருதடவ கேட்டா, குடுத்தேன்."

"எதுக்கு?"

"சீல வாங்கணும்னு சொன்னா."

"எதுக்கு?"

"கொடிக்குறிச்சில யாரோடயோ நெருக்கம். அவனோடயே இருந்துறப்போறேன்னு சொன்னா?"

"அட பாவிப்பயல, ஏஞ் சொல்லல?"

"சொல்லி என்ன ஆவப்போகுது, சண்ட சச்சரவுதான் வரும்."

"சத்தியமாச் சொல்லு, வேற எதும் நடக்கலையே."

"நடக்க வழியில்ல தாத்தா, தெரிஞ்சு கேக்கியளா? தெரியாமக் கேக்கியளா? சிரிச்சா சிரிச்சேன். பாத்தா பாத்தேன். ஆசைதான். வேற என்னால என்னமுடியும்." அவன் குரல் கம்மியது.

"அப்ப, கொடிக்குறிச்சிக்குப் போனவளுக்கு என்னவோ நடந்திருக்கணும்."

"ஆமா."

யாரையோ தேடிப்போனவளை யாரோ கைவைத்துக் கலைத்துப் போட்டுவிட்டார்கள்.அமைதியாக வலைவிரித்த போலீஸ், குற்றவாளிகளைப் பிடித்து ஊருக்குள் கொண்டுவந்து காட்டிப் போயிற்று. காறித்துப்பலும் கல்லெறியுமாய் அவர்கள் பாளையங்கோட்டை ஜெயிலுக்குப் போனார்கள். செத்தவள் உடம்பில் கீறலும் பல்தடமும் கிடந்ததை மாசாணத்திடம் சொன்ன போலீஸ்காரனும் அவர்களோடு வந்திருந்தான்.அதைச் சொல்லாமல் இருந்திருந்தால் மாசாணம் செத்திருக்கமாட்டான் என்று விசனப்பட்டான்.அதை யாரும் அவ்வளவாக மதித்துக் கேட்கவில்லை.

பாட்டையா ரத்தினசாமியைத் தேற்ற பரந்த அந்த நிலத்தைப் பாழிலிருந்து காக்க என்னவெல்லாமோ செய்தார். கடைசியாக, புனலூரிலிருந்து மந்திரவாதி வந்தான்.அங்கும் இங்கும் நடந்தான். அவனுக்குள் பேசினான். எதையோ ஓதினான். ஊர் கூடிநின்று வேடிக்கை பார்த்தது.

“முக்குல ஒரு கல்லு வச்சுருங்க” என்றான்.

“கல்லா?”

“ஆமா. பூச பண்ணனும்,சாவல் காவு கொடுக்கணும்.அப்போ அவ வரமாட்டா?”

“இங்கதான் வைக்கணுமா?”

“ஆமா. ஏன்?”

“இல்ல, அவ வேற ஜாதி. கீழ்ஜாதி”

சிரித்த மந்திரவாதி சொன்னான்: “ஜாதியெல்லாம் மனுஷனுக்குத்தான். பேய்க்கு ஜாதி இல்ல. அறியோ?”

சொல்லிவிட்டு நடந்தான்.ஜனங்களும் நடந்தார்கள்.நடந்து கொண்டிருந்த ரத்தினசாமி பாட்டையாவை நோக்கி சம்மதம் என்பது போலத் தலையசைத்தான்.

சிரிப்பும் கேலியும் கிண்டலுமாக மாடத்தி அவனுக்குள் வந்து போனாள்.அவனும் புன்னகைத்துக் கொண்டான்.

- நகர்வு 2021

வேண்டுதல்

1

மகள் கோசலையைப் பெண்பார்க்க வந்தவர்கள், குலசரம் சொன்னதைக் கேட்டுக் கொண்டார்கள். நூறு பவுன் நகையும், ரொக்கமாக இருபது லட்ச ரூபாயும், குறிப்பிட்ட வகை காரும் கேட்டார்கள். மாப்பிள்ளை வீட்டினரோடு வந்திருந்த பெரியவர் நிதானமாகவும், புன்னகைத்தபடியும் ஒவ்வொன்றாகக் கேட்டார். அவர்கள் கூடி விவாதித்து, ஒத்திகை பார்த்து வந்ததுபோல இருந்தது. மாப்பிள்ளையின் அம்மா குலசரத்தையும், மாப்பிள்ளையின் அப்பா அவளையும் பார்த்துக் கொண்டிருந்தார்கள். இப்படியெல்லாம் கேட்பதற்கு அவர்கள் பரம்பரை பணக்காரர்கள் இல்லை. பையனைப் படிக்க வைத்திருக்கிறார்கள்.நல்லவிதமாய் வளர்த்திருக்கிறார்கள். குலசரத்திடம் வசதி இருப்பதால் கேட்டுப் பார்க்கலாம் என்று கேட்கிறார்கள்.முதலிலேயே இவ்வளவுதான் தருவோம் என்று சொல்லியிருக்கலாமோ? என்று குலசரத்துக்குத் தோன்றியது.அவன் யோசனையில் இருந்தான். தனக்குப்பின் எல்லாம் தன் ஒரே மகளுக்குத்தான். ஆனாலும் கல்யாணத்தின்போது பேசி வாங்குவது சம்பிரதாயம், சாமர்த்தியம்,பெருமை. யார் இதையெல்லாம் கொண்டுவந்தார்கள் என்று தெரியவில்லை.

“இது எங்க விருப்பம். அப்புறம் உங்க விருப்பம். நிர்பந்தமெல்லாம் எதும் இல்ல. உங்க மகளுக்கு நீங்க செய்யறீங்க. இடையில நாங்க யாரு?” பெரியவர், சற்று உரத்தகுரலில் பொதுவாக எல்லோரையும் பார்த்துச் சொன்னார்.

அவர்கள் நூறு பவுன் கேட்டதற்கு, அறுபது பவுன். இருபது லட்சம் கேட்டதற்கு பத்து லட்சம். அவர்கள் கேட்டதைவிட கொஞ்சம் குறைச்சலான விலையுள்ள கார், சட்டி சாமான், பண்ட பாத்திரமெல்லாம் குறையில்லாமல் செய்கிறேன் என்று குலசரம் சொன்னான்.அதைத்தான் எதிர்பார்த்துவந்ததுபோல 'சரி' என்று சொல்லிவிட்டார்கள். நீங்களே நிச்சயதார்த்தத்திற்கும், கல்யாணத்திற்கும் நல்லநாள் பாருங்கள் என்று சொல்லிவிட்டு, பெண் பார்க்கவந்த வெளியூர்க்காரர்கள் சந்தோஷத்துடன் கைகூப்பி திரும்பிப்போனார்கள்.

அவர்கள் படியிறங்கியதும், அந்த வீட்டை அமைதி சூழ்ந்துகொண்டது. அமைதியைக் கலைத்தபடி உள்ளூர் ஜனங்கள் மெல்ல எட்டிப் பார்த்தார்கள். அவர்களிடம் வீட்டிலுள்ளவர்கள் யாரும் எதுவும் பேசாததால் அமைதியாகத் திரும்பிப் போய்விட்டார்கள். தூக்குச்சட்டியிலும், குத்துப் போகணியிலும் மிச்சமிருந்த சாப்பாடு வீடுவீடாகப் போயிற்று.

"எந்த வீடும் வயித்தெரிச்சப்பட்டுறக்கூடாது. பாத்து நடந்துக்க". குலசரம், தன் மனைவி சாலாட்சியிடம் சொல்லியிருந்தான்.

மகள் கோசலை, அலங்காரம் கலைக்காமல் மாப்பிள்ளை வீட்டாருக்காகக் கட்டிய சேலை மாற்றாமல் அறைக்குள்ளேயே முடங்கிவிட்டாள். கோசலை எதாவது சொல்கிறாளா? என்று அம்மாக்காரியிடம் குலசரம் கண்களாலேயே கேட்டான். அவள் இரண்டுமுறை அந்த அறைக்குள் போனாள். கோசலை அமைதியாகவே இருந்தாள். அவளிடம் பேச பயமாக இருந்தது. அவளும் என்னதான் பேசுவாள். முதல் மாப்பிள்ளை சொந்தத்தில் பார்த்து, நிச்சயதார்த்தம் வரைக்கும் போய் நின்றுவிட்டது. ஜாதகம் சரியில்லை என்று காரணம் சொன்னார்கள். குலசரம் அரிவாளை தூக்கிக்கொண்டு போனான்.

"என்ன, வெட்டுனா உம் மக சந்தோஷமா இருந்துருவான்னா வெட்டு" என்று அக்கா முறைக்காரி பூவக்கா தலையைக் கொடுக்கவந்தாள். அவள் சொல்லில் அமைதியாகி, சொம்புத் தண்ணீரை வாங்கிக் குடித்துவிட்டு, தன் வீட்டுக்குள் வந்து குலசரம் அழுததில் மற்றவர் அழுகை சத்தமில்லாமல் போனது.

இரண்டாவதாக மாப்பிள்ளையாகப் பார்த்தவனை கோசலையே வேண்டாம் என்று, சொல்லிவிட்டாள். குலசரம் அவளிடம்

பேசாமல் மனைவியிடம் பொங்கித் தணிந்தான்.

"கல்யாணத்துக்குப் பெறகு வாழமாட்டன்னு சொன்னாலோ, எதையாது அரச்சுத் தின்னு உசிரப் போக்கிக்கிட்டாலோ என்ன பண்ணுவோம். பிடிக்கலன்னு சொன்னாளே இந்த மட்டுக்கு நல்லதுன்னு நினப்பியளா, அத விட்டுட்டு..."அவள் சொல்லச்சொல்ல அமைதியானான்.

அடுத்ததாக, மாப்பிள்ளை பார்ப்பதற்குமுன் ஒருமுறை ஜோஸ்யம் பார்த்துவிடலாம் என்று சாலாட்சி சொன்னாள். அவனுக்கு அதிலெல்லாம் விருப்பமில்லை என்றாலும் சூழ்நிலை அவனுக்கு எதிராக இருந்தது.

எந்த ஜோதிடரைப் பார்க்க என்று யோசித்து, வீரசிராமணி ஜோஸியரைக் கண்டுபிடித்துப் போனான். நிறையக் கூட்டம். காத்திருக்கவேண்டியிருந்தது.ஜாதகத்தைக் கொடுத்ததும் பிரிக்கும்போதே, குலதெய்வத்தைக் கும்பிடுகிறீர்களா? என்று ஜோஸியர் சாதாரணமாகக் கேட்டார். குலசரம் என்ன இப்படியொரு கேள்வி என்று யோசிப்பதற்குள்,

"கும்புடுறியா? குடுக்கிறியா?" என்று விலுக்கென நிமிர்ந்து கோபமாகக் கேட்டார். அந்தக் குரலின் சீற்றமும், கோபமும் 'சாமி' என்று அவனுக்குத் தெரிந்துபோயிற்று.அவன் நடுங்கினான். ஜாதகத்தை எடுத்து கண்ணில் ஒற்றி, வெற்றிலை பாக்கும், அரளிப் பூவும் சேர்த்து அவனிடமே ஜோஸியர் திருப்பிக் கொடுத்தார்.வாங்கிய அவனுக்கு கை நடுங்கிற்று, கண்கள் கலங்கின. முட்டிக்கொண்டு அழுகை வந்தது.

"இனி வரவேண்டாம்."

"பொண்ணோட கல்யாணம்?"

"சாமிகிட்ட கேளு."

குலசரத்தின் கால்கள் வலுவிழந்தன. அவன் தன்னைத் தாங்கி, நடக்க ஆரம்பித்தபோது,

"யார் கிட்டயும் ஜாதகத்த காட்ட வேண்டாம். பணம் பெருத்த அப்பனுக்குப் பொறந்த மகன்னு ஜாதகம் சொல்லுது. அத, இதச் சொல்லி காசக் கறப்பானுவ. தப்பான பாதையில போயிட்டா பெருத்த சங்கடம் வந்துசேரும்."

அவன் சம்மதம் என்பதுபோல் ஜோஸியரைக் கும்பிட்டான். நடந்தான்.

சாலாட்சி, புருஷன் வரவுக்காக வாசலில் நின்று பார்த்துக் கொண்டிருந்தாள். தரையிலிருந்து நாலடி உயரத்தில் உயர்த்தி தளம்போட்டுக் கட்டிய வீடு. ஊருக்குள் வரும் சாலையில் பேருந்து தூரமாக வந்துகொண்டிருப்பது தெரிந்தது. ஊருக்குப் பக்கத்தில் வரும்வரை பார்த்துக் கொண்டிருந்தாள். ஜன்னல் ஓரமாக குலசரம் அமர்ந்திருந்தான். வீட்டைக் கடந்துபோய் அரச மரத்தடியின் திரும்பி ஒலி எழுப்பி, புழுதியைக் கிளப்பிக்கொண்டு நின்றது.அவன் வீட்டுக்குள் வருவதற்குள் அடுப்பில் காப்பிக்கு தண்ணிவைத்துவிட்டாள்.காய்ந்த தென்னையோலை பற்றி படபடவென்று எரிந்தது. வீட்டுக்குள் வந்து அமர்ந்தவனிடம் உடனே பேசவேண்டாமென்று காத்திருந்தாள். தண்ணீர் குடித்தான். காப்பி குடித்தான். ஜாதகப் பையை சாமி படத்துக்கு முன்னால் வைத்தான். கும்பிட்டான். அமைதியாக இருந்தான்.அவளைப் பார்க்கவில்லை. அவளும் அவனிடம் எதுவும் கேட்கவில்லை.

அவன் பஸ் ஏறியபோதே மூக்கு வியர்த்து ஜோசியம் பார்க்கப்போயிருப்பதை ஊர்க்காரர்கள் தெரிந்துகொண்டார்கள். வீரசிராமணி ஜோஸியர் அப்போதுதான் ஊரில் மிகப் பிரபலமாகிக்க கொண்டிருந்தார். சொன்னது சொன்னபடி நடக்கிறது என்று பெயர் வாங்கியிருந்தார். அவனிடம், அவர் என்ன சொன்னார் என்று ஊருக்குத் தகவல் தெரியாமல், நேரம் அமைதியில் கழிந்துகொண்டிருக்க, குமாரசாமி தாத்தாதான் வீட்டுக்குள் முதலில் வந்தார்.

“வாங்க தாத்தா” என்று அவன் அழைத்து நாற்காலியை எடுத்துப் போட்டான்.

“காப்பி கீப்பி போட்டுறாதத்தா.“ தாத்தா, சாலட்சியைப் பார்த்துச் சொன்னார்.

“வீரசிராமணிக்குப் போயிருக்கறதா சொன்னாங்க...” தாத்தா பொடி டப்பியிலிருந்து பொடியை எடுத்து உறிஞ்சிக் கொண்டார். அவன் முகத்தைப் பார்த்தார். சாலாட்சிக்கு அது பிடித்திருந்தது. அவளும் நெடுநேரமாக வாய்க்குள் வார்த்தைகள் சிக்கி தவித்துக் கொண்டிருந்தாள்.

“நான், என் குலசாமிக்கி என்ன கொற வச்சேன்” தலைகுனிந்திருந்த குலசரம், நிமிர்ந்து கேட்டான்.

“யாரு சொன்னா… நாக்கு அழுகிரும்.”

“ஜோஸியர், சாமிய கும்பிடுதியான்னு கேட்டாரு” குலசரம் அழுதுவிடுபவன்போலச் சொன்னான்.

“அப்படியா?”

குமாரசாமி தாத்தா அமைதியாகப் பார்த்தார். வடிவு ஆச்சி, கருப்பாயி ஆச்சி, தாமரை, முப்புடாதி, செண்பகம் என்று ஆளாளுக்கு வந்துவிட்டார்கள். வருத்தமான நேரத்தில் அவர்கள் வந்தது, சாலாட்சிக்கு எரிச்சல் முட்டிக்கொண்டு வந்தது.

“என்னவோ ஒரு குறை இருக்குபோலருக்கு. எதாவதுசாமிக்கி நேந்துட்டு செய்யாம விட்டியா?”

“இல்லையே. நம்ம சாமி முண்டன் அப்படி என்ன கேட்டுறப் போகுது, சைவச்சாமி. சிலைகூடக் கிடையாது. பீடம்தான் அலங்காரம் பண்ண. காவி வேட்டி. லாலா கட பலகாரம்.அது கேட்டு நான் எத இல்லன்னு சொல்லிறப்போறேன்.எப்படியோ கெடந்த என்னை, இன்னக்கி இந்த உசரத்துல சாமி வச்சிருக்கு. அதுக்குச் செய்யாம யாருக்குச் செய்யப்போறேன்.”

“அதுதான…” வந்தவர்கள் உச்சுக் கொட்டினார்கள்.

“ஆமா, வாஸ்தவந்தான. ஜோசியன் வேற எதும் சொல்லலியா?”

தாத்தா கூர்மையாகப் பார்த்துக் கேட்டார்.

“இல்லையே. அந்த ஒரு கேள்வியோட ஜாதகத்த மடக்கி கையில குடுத்துட்டாரு.”

வந்தவர்கள் முகம் ஒருமாதிரி ஆயிற்று.

“நீ எதாவது வேண்டியிருந்தியா சாலாச்சி?”

“கோசல கல்யாணம் நல்லவிதமா நடக்கணும்னுதான் வேண்டியிருந்தேன். நான் என்ன அவுகளும் அதத்தான் வேண்டியிருந்தாஹ. வேற என்னவேணும் எங்களுக்கு. அதுதான் எங்க மனசில குறை. சாமிக்கு என்ன கொறவச்சோம்னு தெரியலயே. லாரி கம்பெனிக்கு சாமி பேரத்தான் வச்சிருக்கோம். சாமி பேர சொல்லாம அவுஹ சாப்பாட்டக்கூட கையில எடுக்கமாட்டாஹ.”

“சொன்ன ஜோஸியன் முழுசாச் சொல்லாம ஏன் முழுங்கிச் சொல்லியிருக்கான். வேற யாரையாவது பாக்கலாமா?”

“வேற யார்கிட்டயும் ஜாதகத்த காட்டவேண்டாம்னு சொல்லிட்டாரு.”

அங்கு அமைதி நிலவியது. முகங்கள் முகங்களைப் பார்த்துக்கொண்டு பார்க்காததுபோல நின்றன.

“சரிப்பா, நாம நமக்குள்ள பேசி என்ன ஆவப்போகுது. நீ குளிச்சுட்டு முதல்ல கோவிலுக்குப் போயி சூடத்த ஏத்திக் கும்பிட்டுட்டு வா. சாமிகிட்ட உனக்கு எதாவது கொற வச்சிருக்கனான்னு மனசாரக் கேளு. சொல்லாமலா போயிரும்.”

குமாரசாமி தாத்தா எழுந்துகொண்டார். சாலாட்சி திருநீற்றுக் கொப்பறையைக் கொண்டுவந்து நீட்டினாள். குமாரசாமி தாத்தா கும்பிட்டு எதையோ முணுமுணுத்து தான் முதலில் பூசிக்கொண்டு குலசரம் நெற்றியிலும் பூசினார். சாலாட்சி காலில் விழுந்து கும்பிட்டு எழுந்தாள். “ஏல, கோசல...” என்று மகளைக் கூப்பிட்டாள். உள் அறையிலிருந்து எல்லாவற்றையும் கேட்டுக்கொண்டிருந்த கோசலை ஓடிவந்தாள். தாத்தா அவளைப் பார்த்தார். “பூசுங்க தாத்தா” சாலாட்சி சொன்னாள்.

தாத்தாவின் கை திருநீற்றுக் கொப்பறையையே துழாவியது. கோசலையின் முகத்தைப் பார்த்தது. துழாவுவதும், பார்ப்பதும், எதையோ ஆழ்ந்து யோசிப்பதுமாக இருந்தார்.அவர் கையை நகரவிடாமல் எதோ விடுக் விடுக்கென்று இழுத்ததுபோல இருந்தது. அவரையே அனைவரும் பார்த்தார்கள். ஆள்காட்டி விரலை மூக்கில்வைத்து இமைகள் படபடக்க கண்மூடி நின்ற கோசலையும் பார்த்தாள்.தாத்தா பூசாமல் திருநீற்றுக் கொப்பறையைக் கொடுத்து நகர்ந்துவிட்டார். சாலாட்சி திருநீற்றைப் பூசி மகளை அழைத்துக்கொண்டு போனாள். கட்டிலில் அமர்ந்த கோசலை, அம்மாவைப் பார்த்தாள்.

“பயப்படாத” என்றாள், அம்மா.

2

சாயங்காலமாக கோவிலுக்குப் போனார்கள். ஆள் அனுப்பி தென்காசியிலிருந்து குலதெய்வத்திற்கு மட்டுமல்லாமல்,

வேண்டுதல்

கோவிலிலிருக்கும் எல்லா சாமிகளுக்கும் மாலை வாங்கிவரச் சொன்னான். கனத்த மல்லி மாலை. குலதெய்வத்துக்கு மண்டப லாலா கடையில் இனிப்புகள். நான்கு வாழைத்தார் என்று ஆட்டோவில் வந்து இறங்கிற்று. பாயசம் வைக்க சாலாட்சி பானையைத் தயார் செய்தாள்.அரிசி, வெல்லம், தேங்காய் என்று தேடித்தேடி சேர்த்துவைத்தாள்.மாவிளக்குப் போட மாவு திரித்தாள்.

"போடறதோ போடற, கொப்பறப் பாயாசமா போடு" என்று யாரோ சொல்லிவிட்டுப் போனார்கள்.யார் என்ன சொன்னாலும் அது சாமி சொல்லச் சொல்வதாகவே குலசரம் நினைத்தான். கொப்பறை பாயாசம் போட்டுவிட்டு ஊருக்குச் சொல்லாமலிருக்க முடியுமா? வீடுவீடாகப் போய், கோவிலில் கொப்பறை பாயசம் போடுவதைச் சொல்லி பூஜைக்கு வரச் சொல்லிவிட்டு வந்தாள்,சாலாட்சி.

எல்லோருக்கும் சொல்லியாகிவிட்டதா? என்பதை கணவனும் மனைவியும் பேசி உறுதிப்படுத்திக் கொண்டார்கள். மறந்த வீட்டுக்கு மறுபடி போனார்கள். சாமிக்கு மனசு குளிருதோ, இல்லையோ. ஊரில் ஆவலாதி எதும் வந்துவிடக்கூடாது என்பதில் குலசரம் கவனமாக இருந்தான்.

அந்த ஊரில், அவன் எல்லோருக்கும் எடுபிடியாகத்தான் சின்னவயதில் இருந்தான். சோத்துக்குத்தான் வேலை பார்த்தான். அழுக்குச் சட்டை, நிறம் மங்கி நாளான வேட்டி, வேட்டிக்குக் கீழே தொங்கும் பெரிய டிரவுசர், ஒட்ட வெட்டிய தலைமுடியோடு அவன் ஊரில் எல்லா வீடுகளுக்கும் வெள்ளையடித்தான். மாடு மேய்த்தான். மரம் வெட்டிக் கொடுத்தான். ஓலை பிரித்துக் கொடுத்தான். நெல் அவித்தான். காயவைத்தான். காய்ந்ததும், மில்லுக்குக் கொண்டுபோய் அரைத்து அரிசியாக்கிக் கொண்டுவந்தான். நெல் அறுவடையின்போது களத்தைக் காவல் காத்தான். பக்கத்து ஊர் டிராக்டர் உழவுக்கு ஊருக்கு வந்தபோது டிரைவிங் பழகினான். லைசன்ஸ் வாங்கினான். ஊருக்கு வந்த லாரியில் ஏறி சென்னைக்குப் போனான். டிரைவர் ஆனான். யார் யாரோ அவனுக்கு உதவி இன்று ஐந்தாறு லாரிகள், டிராக்டர், நிலபுலன், கல்யாணம், மனைவி என்று வாழ்கிறான். யாரையாவது அவன் கூப்பிடாமல் விட்டால் புதுப் பணக்காரன், திமிறு என்று சொல்லிவிடுவார்கள்.

"வாங்கித் தின்னதெல்லாம் மறந்துபோச்சா?" என்று நாலுபேருக்கு முன்னால் நிறுத்தி அவமானப்படுத்திவிடுவார்கள்.

கோபம்கொண்டால் வீட்டு விசேஷம் எதற்கும் வரமாட்டார்கள்.

"என்னத்ல குறைஞ்சு போயிட்டோம்னு எங்ககிட்ட சொல்லல" என்று பஞ்சாயத்து கூட்டிவிடுவார்கள்.

பிரச்சினை வரக்கூடாதென்று யோசித்து எல்லோருக்கும் சொன்னதால், சின்னதாக கோவில் பூஜை என்று ஆரம்பித்தது, ஏதோ பெரிய விசேஷம்போல வீடு ஆட்களால் நிரம்பி வழிந்துகொண்டிருந்தது. சவுண்ட் செட்டுக்குச் சொல்லி கோவிலைச் சுற்றி நான்கைந்து டியூப் லைட்டுக்குச் சொல்லிவிட்டான்.

"மத்த சாமிக்கு எல்லாம் வாங்கியிருக்கியா?" என்று குமாரசாமி தாத்தா கேட்டபிறகுதான் மறந்துவிட்டதெல்லாம் ஞாபகம் வந்தது. தீவெட்டி, சாராயம், சுருட்டு, சின்ன ஆட்டுக்குட்டி அம்மனுக்கு, சேவல், அதோடு ஒரு கிடாயும் வாங்கியாகிவிட்டது. எல்லாம் மனசுக்கு நிறைவாக இருந்தாலும் குலசரத்துக்கு, அடிக்கடி ஜோஸியக்காரனின் முகம் நினைவில் வந்துவந்து போயிற்று. "என்ன குறைவைத்தேன் என் சாமிக்கு" என்று நெருக்கமானவர்களிடம் எல்லாம் கண்ணீர் சிந்தினான்.யாராவது, எதாவது காரியமாக எதையாவது சொல்வார்கள் என்று எதிர்பார்த்தான். கவலைப்படாதே என்று எல்லோரும் வெறும் வார்த்தைகளைத்தான் சொன்னார்கள்.

"பூவக்காவை கூப்பிட்டியாடா? என்று கருப்பாயி ஆச்சி சாப்பிட்டுவிட்டு இலையை மடித்து தூரப் போடப்போனவள் அவனைப் பார்த்துக் கேட்டாள்.

"வெளையாடுதியா?" என்று குலசரம் சீறினான். அவள் வந்து பேசுகிறேன் என்று சைகையில் சொல்லிவிட்டுப் போனாள். அவன் ஒருநாளில் ஒரு தடவையாவது அவன் தூரத்துச் சொந்தமான பூவக்காமீது கோபப்பட்டான். அவள் மகனுக்கு நிச்சயதார்த்தமான கோசலையின் கல்யாணத்தை நிறுத்தியிராவிட்டால் கல்யாணமாகி ஆறு மாதம் ஆகியிருக்கும். கோசலை கர்ப்பவதியாகக்கூட ஆகியிருக்கலாம்.புத்திகெட்ட கிழவி அவளைக் கூப்பிடச்சொல்லுது பாரு என்று நினைத்தபோது,

"கூப்புடு ஒண்ணும் குறஞ்சுடாது"என்று கையை துடைத்துக்கொண்டு கருப்பாயி வந்தாள்.

அவன் கோபம் கொண்டான்.

“தள்ளி வச்ச பொல்லாப்பு உனக்கு ஏன்னு கேக்கறேன்.உன் மகளக் கட்டிக்க அவ மகனுக்கு குடுத்துவைக்கலன்னு நின.”கருப்பாயி ஆச்சி பேசிக்கொண்டே போனாள்.குலசரம் அமைதியாக யோசிக்க, ”உன் சம்சாரத்துக்கிட்ட யோசன கேக்காத. அவ வேண்டாம்னுதான் சொல்லுவா”என்று சொல்ல, உள்ளே வந்த சாலாட்சி ’கூப்பிடுங்க’ என்றுதான் சொன்னாள்.

இருவரும் பூவக்கா வீட்டுக்குப் போனார்கள். பெரிய வீடு.வாசல் கடந்து, தளம் கடந்து, நடு வீடு கடந்து உள்ளே போனபோது மானவெளியில் பருத்தியைக் குவித்துப்போட்டு நான்கைந்து பேர் அமர்ந்து பஞ்சைபிரித்தெடுத்துக் கொண்டிருந்தார்கள்.

”வாங்க... வாங்க...”என்று அக்கா அவர்கள் வந்ததை சந்தோஷமாக வரவேற்றுச் சொன்ன மாதிரித்தான் இருந்தது. தளத்திற்குள் வந்து அமர்ந்தார்கள். நல்ல பூச்செங்கல் பதித்த தளம். குளிர்ச்சியாய் இருந்தது. வீரசிராமணிக்கு ஜாதகம் பார்க்கப்போனது முதல் கோவிலில் பூசை வரைக்கும் குலசரம் விலாவாரியாகச் சொல்லிமுடித்தான். பூவக்காவுக்கு எல்லாமே தெரிந்திருந்தது. பூசைக்கு கண்டிப்பாக வருவதாகச் சொன்னாள்.குலசரத்துக்கு மனசு குளிர்ந்ததுபோலிருந்தது.

”வந்து இருந்து எல்லாருமா சேந்து கோசலை கல்யாணத்தையும் நடத்திக் குடுக்கணும்” கெஞ்சுவது போலச் சொன்னான்.

பூவக்கா சரி என்று சொல்வதற்குள், ”வருவாஹ, வாராம எங்க போவாஹ...” என்று சாலாட்சி வரிசை வைத்தாள். ”பின்ன...” என்று அக்காக்காரி சொல்லி வாசல் வரைக்கும் வந்தாள்.அவர்கள் தெரு திரும்பும்வரையில் பார்த்துக் கொண்டிருந்தாள்.அவள் மனசு கனமாக மாறியது.

வீட்டுக்குள் வந்தவள் கொஞ்சநேரம் அமைதியாக இருந்தாள். பின் குளிக்க தண்ணீர் எடுத்து வைத்தாள்.சேலைகளை எடுத்துப் பார்த்து கோவிலுக்குக் கட்டிப்போகும்வாக்கில் ஒன்றைத் தேர்ந்தெடுத்து கட்டிலில் போட்டாள். வீடெங்கும் தேடி மயிர்க்கொடியை எடுத்து வைத்தாள்.

அவள் புருஷன் வயலுக்குப் போயிருக்கிறார். மிளக்காய்ப் பழம் பிடுங்குகிறார்கள். வர இருட்டாகிவிடும். அவருக்குக் காத்திருக்கும் அவசியமில்லை. அவள் போயிருக்கிறாள் என்று தெரிந்தால் அவரும்

கோவிலுக்கு வந்துவிடுவார்.கோசலை, தன் வீட்டுக்கு மருமகளாக வராமல்போனதில் அவருக்கும் வருத்தம் உண்டு.வாழ்வில் சில வருத்தங்கள் எதுவும் செய்யமுடியாமல் வருத்தங்களாகவே தங்கிவிடுகின்றன.

3

நாலு மணிக்குமேல் பூஜைப்பொருட்களையும், பண்ட பாத்திரங்களையும் எடுத்துக்கொண்டு கொஞ்சம்கொஞ்சமாக ஆட்கள் கோவிலுக்குக் கிளம்பத் துவங்கினார்கள். எல்லோரும் முக்கிய விசேஷம்போல பளிச்சென்ற துணி உடுத்தியிருந்தார்கள்.

"கொட்டு மேளமும், கெரக ஆட்டமும்தான் இல்ல. இருந்தா கோவில் கொடமாதிரித்தான்." கூட்டத்தில் யாரோ யாரிடமோ பேசினார்கள். சின்னஞ்சிறுசுகள் புடைசூழ, அழகின் உருவமாக கோசலை சென்றுகொண்டிருந்தாள்.

அரை ஏக்கர் நிலப்பரப்பில் கோவில். ஈசானமூலையில் பெருவாகை மரம் உயரமாக வளர்ந்து நின்றது. காய்ந்த அதன் காய்கள் காற்றில் உரசி சலசலத்தன. பூசை செய்யும் பண்டாரம் இவர்களுக்காகவே காத்திருந்தான். ஒத்தாசைக்கு இரண்டு மூன்று சின்னப் பையன்கள் ஓடிக் கொண்டிருந்தார்கள்.

"மாலைய சொன்ன இடத்துல வையி. பூச சாமாங்கள சொன்ன இடத்துல வையி. கேக்கும்போது எடுத்துத் தரணும். எங்க வச்சம்னு தெரியாம தலையச் சொறிஞ்சன்னா நிமிட்டிப்புடுவேன் நிமிட்டி..." என்று விரட்டிக் கொண்டிருந்தான்.

கொப்பறை பாயாசத்துக்கு மண்தோண்டி பனை மட்டைத் துடுப்புகளோடு தயாராக இருந்தது. கல்யாண சமையல் செய்யும் பிச்சையா, நெற்றி முழுக்கப் பட்டையடித்து, வேட்டியும் துண்டுமாக நின்றுகொண்டிருந்தான்.அடுப்புக்கு விறகுக் கட்டைகள் வாங்கிப் போட்டிருந்தான். அடுப்பு பற்றவைக்க குப்பியில் மண்ணெண்ணெய், ரெண்டு கற்பூரத் துண்டுகள், அருகே தீப்பெட்டி. சுவர் ஓரமாக இரு மாசமே ஆகியிருக்கும் ஆட்டுக்குட்டியும், வளர்ந்த ஆடும் நின்றன. இரு கால்களும் கட்டப்பட்ட சேவல் குதிக்க முயன்று கொண்டிருந்தது.

வந்தவர்கள் அவரவர்க்குப் பிடித்த இடங்களில் அமர்ந்தார்கள். வந்தவர் அமர வைக்கோல் விரிக்கப்பட்டிருந்தது. சமுதாயக் கூட வாடகை சமுக்காளங்களும் கிடந்தன.

“சொன்னதெல்லாம் வந்திருக்கா?”

“ஒரு குறையும் இல்ல.”

பண்டாரம் சந்தோஷமாக குலசரத்திடம் சொன்னான்.

குலசரத்துக்கு தன் குலதெய்வமான முண்டனுக்குப் பக்கத்தில் போக பயமாக இருந்தது.ஓரமாய் நின்று பார்க்கும்போதே உடல் சிலிர்த்தது.

பண்டாரம் சாமிகளைக் கவனிக்கத் துவங்கினான். முத்தாலம்மன். கருப்பச்சாமி. சுடலைமாடன், சிலைகள் நீர்விட்டு கழுவப்பட்டிருந்தன. சந்தனக் குழைச்சலில் பண்டாரத்தின் கைகள் நடமாடின, கும்பிட்டபடி சாமியின் கண்களைத் திறந்தான். முதலில் முத்தாலம்மன் கண்திறந்து பார்த்தாள். மாலையைப் போட்டு குங்குமம் வைத்து, பறித்துக்கொண்டு வைத்திருந்த வேப்பிலையும் சூலாயுதமும் முன்னால் வைத்து, பழக்குலை ஒன்றை வைத்து இலை விரித்து தேங்காய் உடைத்தான். அப்படியே அடுத்த சாமிகளும் அவன் கைவண்ணத்தில் உயிர்பெற்றன.கல்லில் வடித்திருந்த கருப்பசாமி சந்தனக் குழைவின் இடைவெளியில் முறுக்கிய கறுப்பு மீசையோடு இருந்தார், சுடலைமாடனுக்கு பெயிண்ட் அடித்திருந்ததால் பண்டாரத்திற்கு பெரிய வேலையில்லை.

பிச்சையா அதற்குள் பாயாசக் கொப்பறையை சூடாக்க ஆரம்பித்திருந்தான். துணைக்கு வந்த முத்தம்மா, தேங்காய்களை உடைத்து திருக ஆரம்பித்திருந்தாள். கூப்பிடாத நிறையப்பேர் வந்து எட்டிப் பார்த்து பூசைக்கும் பாயாசத்துக்கும் நேரமிருக்கிறது என்று போய்விட்டார்கள்.

நேரமாக நேரமாக ஒரு ஈரக்காற்று வீசியது. அடுப்பைச் சுற்றி வந்து திபுதிபுவென எரிந்த நெருப்பை அணைத்து புகையைச் சுருட்டி வானம் நோக்கிக்கொண்டுபோயிற்று. மழை வருமோ, எல்லாம் நல்லபடியாக நடக்கவேண்டுமே என்ற கவலை திடீரென்று குலசரம் மனதில் தோன்றி கவலைக்குள்ளாக்கியது. கோவிலில் இருந்துகொண்டு இப்படி நினைக்கலாமா? என்று ஆறுதல் சொல்லிக்கொண்டான். தன் குலசாமி பக்கம் போக அவனுக்கு

ஆசையாக இருந்தது. நடக்க, ஜோசியரின் கோபக்குரல் காதில் ஒலித்து அடங்கியது. அவன் தைரியத்தை வரவழைத்துக்கொண்டு சாமி பக்கம் போனான். அவனையே பார்த்துக்கொண்டிருந்த சாலாட்சி, அவன் போவதைப் பார்த்து தானும் வந்தாள். எழுந்த கோசலையை 'இரு' என்று கைகாட்டி இருக்க வைத்துவிட்டு வந்தாள்.

சாமியைப் பார்த்ததும் அவனுக்கு அழுகை வந்தது. இத்தனைக்கும் பீடம்தான் அது. மாலையிடப்பட்டிருந்தது. மஞ்சளில் நனைத்தெடுத்த கோடி வேட்டியை குறுக்கும் நெடுக்குமாக கட்டியிருந்தான், பண்டாரம். பெரிய வாழை இலையில் இனிப்புகள். பழங்கள் கதலிப் பழக்குலை, சாமியின் ஆணிச்செருப்பு. கக்கத்துக் கட்டை, சரம்சரமாய் துளசி மாலை. கல்விளக்கு எரிந்துகொண்டிருந்தது. குலசரம், சாமிக்கு முன் அமர்ந்தான். சாலாட்சி பக்கத்தில் நின்று பார்த்துக்கொண்டிருந்தாள். புகை காற்றில் அங்கும் இங்கும் படர்ந்து கண் கரித்தது. சில்லென்று குளிர் பரவியது.

"மழ வரும்போலருக்கே..." யாரோ சொன்னார்கள்.

"பாயாசம் என்னாச்சு. எல்லாம் ரெடியா இருக்கு. பாயாசம் கொதிச்சுட்டா மணியடிச்சு சூடம் காட்டிறலாம்."

பண்டாரம் சூழ்நிலையைச் சொன்னான். பிச்சை கோபமாக அவனைப் பார்த்தான். கொப்பரை பாயசம் போடச்சொன்ன குமாரசாமி தாத்தாவை சிலர் கடிந்துகொண்டார்கள்.

"மழக்கி அவரு என்ன செய்வாரு?"

தாத்தா மூக்குப்பொடியை உறிஞ்சியபடி, "மழ அது பாட்டுக்கு வரட்டும். ஆகறதப் பாருங்க" என்றார். கட்டைகளை அள்ளிப்போட்டு எரித்தும் தண்ணீர் கொதிக்கவில்லை. துருவிய தேங்காயும், சிப்பத்தில் இருந்த அச்சுவெல்லமும் காத்திருந்தது.

"தீய பேப்பய காத்து எங்கிட்டோ கொண்டுக்கிட்டுப் போவுது."

பிச்சை மொத்தமாகச் சொன்னான். யாரும் அதனை ஆமோதிக்கவில்லை. சற்றுநேரத்தில் மழை வந்துவிட்டது. விருந்தாளி மழை. ஒவ்வொரு சாமிக்கும் பத்துக்குப் பத்து இடம்தான் இருந்தது. அதற்குள் கூடியமட்டும் ஒண்டினார்கள். சிலர் ஓடினார்கள். குடைபிடித்துக் கொண்டு பூவக்கா வந்தாள். உள்ளே வராமல் வெளியிலேயே நின்றாள்.

“என்னக்கா, எனக்கு மட்டும் இந்த மாதிரி ஆகுது...”

மழையைப் பொருட்படுத்தாமல் வெளியே வந்த குலசரம் கேட்டான். அக்கா, அவனை ஆவி சேர அணைத்துக் கொண்டான்.

கருப்பாயி ஆச்சிக்கு சாமி வந்தது. முத்தாலம்மன்தான். ஐந்து சாமிகள் இருக்கும் கோவிலில் தாய்ச்சாமி. எப்போதும் முதலில் அவள்தான் வருவாள்.வேப்பிலையும், சூலாயுதமும் பண்டாரம் கொண்டுவந்து கொடுத்தான். கொட்டும் மழையில் அவள் அங்கும் இங்கும் ஓடினாள். வேப்பிலையை ஆக்ரோஷமாகக் கடித்து உருவினாள். கூடவே ஓடியவர்கள் அவள் சேலையை நழுவி விடாமல் கட்டினார்கள். அவள் இன்னும் கொஞ்சம் அருளோடு ஆடினால் மற்ற சாமிகளும் ஆடத் துவங்கிவிடுவார்கள்.குமாரசாமி தாத்தா அவளைச் சாந்தமாக்குவதில் தீவிரமாக இருந்தார். வெற்றிலை உதட்டோடு அவள் சிரித்தாள்.

“இரு... இரு... அமைதியா இரு ஆத்தா...” என்றபடி, அவளை நகரவிடாமல் பிடித்தார்.

சுடலமாடன் ஆடும் முத்துக்கிட்டினன், கருப்பசாமியாடும் விக்ரம்வந்துவிட்டார்கள்.குலசரம், தன் குலசாமி முண்டனைப் பார்த்தான்.

“என்னப்பா பாக்க உன் குலசாமியாட யாருமில்லன்னா” அக்கா கேட்டாள். அவன் “ஆமா” என்றான். அவனுக்கு சாமி வராது. பத்து வருஷமாக அவனுக்கு சாமி வருத்திப் பார்த்துவிட்டு வேண்டாம் என்று விட்டுவிட்டார்கள். சித்தப்பா, பெரியப்பா என்று பெரிய குடும்பம்தான்.சின்னவயதில் சாமியாட இடமில்லாமல் கூட்டம் சிதறும். நாளடைவில் ஆளுக்கொருவராகப் போய்ச் சேர்ந்துவிட்டார்கள். அவர்கள் வாரிசுகளும் ஆண்கள் இல்லை. ஒன்றுவிட்ட பெரியப்பா முறையில் செல்லையாப்பா இருக்கிறார். அவருக்கும் அவன் சாமிதான் குலதெய்வம். செல்லையாப்பா மிலிடரியில் இருந்தவர். சென்னையில். ஏ.டி.எம்.மில் காவலுக்கு இருக்கிறார். அவருக்கு குழந்தைகள் இல்லை.மனைவியின் அக்கா மகளை எடுத்து வளர்த்தார். வளர்ப்பு மகள் வீட்டில்தான் வாசம்.அவர் இருந்திருந்தால் நன்றாக இருந்திருக்கும். அவருக்குச் சொல்லாத்து கடைசி நேரத்தில் அவனுக்கு உறைத்து வருத்தமாக இருந்தது.

நேரம் ஆக ஆக கோவிலுக்குள் கூட்டமும், கூச்சலும் அதிகரித்துக்கொண்டே இருந்தது. சின்ன தூறலாய் மழை விழ ஆரம்பித்தது. திடீரென்று மின்சாரம் போயிற்று. இருட்டில் ஆளாளுக்கு ஒருபக்கம் ஓடினார்கள். 'ஆய்' என்ற பெரிய சத்தத்துடன் சுடலைமாடன் துள்ளினான். தொடர்ந்து கருப்பன். முத்தாலம்மையும் கூடச்சேர்ந்துகொண்டாள்.கொட்டு மேளம் இல்லை. நாதஸ்வரம் இல்லை. வில்லுப்பாட்டு இல்லை. மழையில் தேய்த்த சந்தனம் மார்பில் வழிய, மாலைகளோடு ஆட வழியில்லாமல் சாமிகள் துடிப்பதும் அடங்குவதுமாக இருந்தார்கள். வெளிச்சத்துக்குக் கொளுத்திய தீவெட்டியை சுடலைமாடன் பிடுங்கிக் கொண்டான். செஞ்சோடு அணைத்துக்கொண்டு, இன்னும் இன்னும் என்றான். இன்னும் இரண்டையும் வாங்கி மார்புடன் அணைத்துக்கொண்டு முன்னால் ஓடப்போகிறவனைப் போல எட்டுவைத்து எட்டுவைத்து நின்றான், இருட்டில் யாரோ குலவையிட்டார்கள்.நேரமாயிற்று. இனியும் காத்திருக்கமுடியாது. மழை நிற்கும்பாடில்லை.இன்னும் பெரிதாகப் பெய்யும். சாமிக்கு சூடம்காட்ட முடிவாயிற்று. அதற்குள் அச்சு வெல்லத்தை நொறுக்கி, தேங்காய்ப் பூவைத் தூவி, பச்சரிசியைக் கலந்து குத்துச்சட்டிகளில் பிச்சை கொண்டுவந்து வைத்தான்.

பண்டாரம், "நல்ல வேலை செய்திய" என்றான்.

குலசரத்துக்கே திருப்தியில்லாமல் அன்றைய குலதெய்வ பூஜை முடிந்துபோயிற்று.

"என்ன குறைவச்சோம். ஏன் சாமிக்கிப் பிடிக்கல" என்று, குலசரம் வீட்டுக்கு வந்ததும்மனைவியிடம் கேட்டான். எதுவும் பேசத் தோன்றாமல் அவளும் கண்ணீர் உகுத்தாள். மகள் கோசலைக்குத் தெரியாமல் அவர்கள் இருவரும் கலக்கமாக இருந்தபோது மழை மீண்டும் உக்கிரமாக ஆரம்பித்து.விடிய விடியப் பெய்தது.

4

தெய்வக்குத்தம் என்று ஊருக்குள் பேச்சாயிற்று. விடிந்ததும் கணவனும் மனைவியும் கோவிலுக்குப் போனார்கள். அலங்கோலமாகக் கிடந்த அனைத்தையும் அள்ளிப் போட்டு சுத்தம் செய்தார்கள். குலசரம் மனமுடைந்து போனான். சாமிக்கு

முன்னாலேயே நெடுநேரம் அமர்ந்திருந்தான். "வீரசிராமணி ஜோதிடரை நான் போய்ப் பார்த்துவிட்டு வரட்டுமா?" என்று சாலாட்சி கேட்டாள். அவனுக்கு அவரது ஆக்ரோஷமான குரல் மீண்டும் ஞாபகம் வந்தது. அமைதியானான். வேண்டாம் என்று தலையசைத்தான்.அவர்கள் கோவிலில் இருப்பதைக் கேள்விப்பட்டு பூவக்கா வந்தாள். வீட்டுக்குப் போனதாகச் சொன்னாள்.மூவரும் என்ன பேசுவதென்று தெரியாமல் இருந்தார்கள்.

"உனக்கு ஏதோ தெரியும், நீ சொல்லமாட்டங்கற, எம் மகள உன் மகனுக்குக் கல்யாணம் பண்ணிவைக்கல. பரவால்ல. அந்த வருத்தம் இப்ப எனக்கு இல்ல. ஆனா, நீ ஜோஸியம்னு சொன்னியே அது என்ன? சொல்லமாட்டியாக்கா?"

அக்கா எதிர்பாராமல் குலசரம் கேட்டான்.

"சொல்ல என்னப்பா இருக்கு.ஜாதகத்தப் பாத்தாரு இடைகால் ஜோஸியரு. வேண்டாம் சரிப்பட்டு வாரதுன்னு சொல்லிட்டாரு. எங்க வீட்டு அவுஹளுக்கு இடைகால்காரரு சொல்லுததுதான் வேதம். நான் மறுத்து என்ன சொல்லமுடியும்.எல்லா வருத்தத்தையும் முழுங்கிக்கிட்டு பேசாம இருந்தேன்.நீ நெஞ்சத்தொட்டுச் சொல்லு, உன் மகளவிட அழகான பொண்ணையா என் மகனுக்குக் கட்டி வச்சிருக்கேன். இல்ல, உன்னவிட உசத்தியான இடத்லயா பொண்ணு பாத்திருக்கேன்..."

அக்கா அழுது புடவையில் மூக்கைச் சிந்தினாள்.

குமாரசாமி தாத்தாவும் வந்துசேர்ந்தார். என்ன பிரச்சினை என்று ஆழ்ந்து யோசித்த குமாரசாமி தாத்தா, "உன் மகளுக்குக் கல்யாணம் நடக்கணும். மாப்பிள்ளை பாக்கலாமான்னு கேக்கத்தான நீ ஜோஸியர்கிட்ட போன. உனக்குப் பதில் கிடைக்கல. அதுதான உன் பிரச்சினை. சாமிகிட்ட பூக்கட்டி கேப்போம். என்ன தாயீ சொல்லுத?" என்றார்.

"வேண்டாம் தாத்தா. முன்னப்பின்ன எதாவது வந்தா மனசுக்குக் கஷ்டமா இருக்கும்" என்று சாலாட்சி தயங்கினாள்.

"எந்த வழியும் தெரியலன்னா கால்போன போக்குல போக வேண்டியதுதான். அப்பதான எதாவது வழி கிடைக்கும். பூவு நீ ராசாமணி வீட்டுல பிச்சிப் பூவும், அரளிப்பூவும் இருக்கும். இதுல நாலு அதுல நாலு பறிச்சு பொட்டலம் கட்டி எடுத்துட்டு வா."

என்று ஆணையிட்டதுபோலச் சொன்னார். தளர்ந்துகிடக்கும் நேரத்தில் அவர் அப்படிச் சொல்வது குலசரத்துக்கு ஆறுதலாக இருந்தது.

போன வேகத்தில் பூவக்கா வந்துவிட்டாள்.கையில். இலையில் நார் கட்டிய இரண்டு பொட்டலங்கள்.

குமாரசாமி தாத்தா வாங்கி சாமிக்கு முன்னால் வைத்தார். அதற்கென்றே வந்தவள்போல கருப்பாச்சி, தன் பேத்தியை இடுப்பில் வைத்தபடி வந்தாள்.

“வா நல்ல நேரத்துக்கு வந்திருக்க” என்ற தாத்தா, குழந்தையை இறக்கிவிடச் சொன்னார். குழந்தை இரண்டு பொட்டலங்களையும் பார்த்தது.ஒன்றை எடுத்தது. தாத்தாவிடம் கொடுத்தது.வாங்கி கண்ணில் ஒற்றிக்கொண்டு குலசரத்திடம் கொடுத்தார்.

“வீட்டுக்குப் போயி பிரிச்சுப் பாரு. சாமி உத்தரவு குடுத்திருந்தா நீ ஆசைப்பட்டத செய்யி.”

“பயமாயிருக்கு தாத்தா...”என்றாள் சாலாட்சி.

“நடக்கும் நடக்கும். எல்லாத்துக்கும் ஒரு முடிவு வரும். பயப்படாம இரு தாயி. உன் மக நல்லாயிருப்பா. பூவு நீ இந்தப் போட்டலத்த எடுத்துட்டுப் போயி கிணத்துல போட்டிரு” என்று, சாமிக்கு முன்னாலிருந்த இன்னொரு பொட்டலத்தை எடுத்து பூவிடம்கொடுத்தார். அவள் கனமான ஒன்றை வாங்குவதுபோல் அதனை வாங்கி தன் முந்தியில் முடிச்சிட்டுக் கொண்டாள்.

குலசரம், வீட்டுக்கு வந்து சாமிக்கு முன்னால் பிரித்துப் பார்த்தபோது பிச்சிப்பூ வந்திருந்தது. அவன் சந்தோஷமானான். கல்யாணம் நல்லபடியாக நடந்தால் கோவிலுக்கு தனிக்கொடை போடுவதாக வேண்டிக்கொண்டான்.சாலாட்சி சந்தோஷமாக நடந்தவற்றை கோசலையிடம் சொன்னாள். கோசலை அப்படியா என்பதுபோலப் பார்த்தாள். அம்மாகாரிக்கு அது மனசைப் பிசைந்தது. ஆட்கள் கூடிவிட்டார்கள். அந்த ஊரில் இருப்பவர்கள், வேலைக்காக வெளியூர்போனவர்கள், வெளிநாட்டில் இருப்பவர்கள் என்று எல்லோரைப் பற்றியும் விசாரிக்கச் சொன்னான் குலசரம். சொந்தக்காரர்கள் வீடுவீடாய் சாலாட்சி ஏறி இறங்கினாள். கோசலைக்குப் பொருத்தமாக எந்த வீட்டில் மாப்பிள்ளை இருக்கிறான். லட்சாதிபதி குலசரத்தின் மகள் கோசலையைக்

கட்டிக்கொள்ளப்போகும் மாப்பிள்ளை யார் என்பது பெரிய கேள்வியாயிற்று.

5

மாப்பிள்ளை யாரென்று முடிவாகும்வரை அந்த வீட்டில் இருக்கவேண்டாம் என்று, வெளியூரில் இருக்கும் சாலாட்சியின் தங்கை வீட்டில் கொண்டுபோய் கோசலையை விட்டுவிட்டு வந்தார்கள். கோசலையும் ஒன்றும் சொல்லவில்லை. சித்தியோடும் அவள் குழந்தைகளோடும் சந்தோஷமாகவே இருந்தாள் என்று குலசரம் வீட்டில் வந்து சொன்னான். உண்மையில், மாப்பிள்ளை யாரும் அமையாத பெண்ணாக மகள் ஆகிப்போனதில் குலசரம்தான் துடித்துப் போனான்.

வெளியூரில் மாப்பிள்ளை பார்க்கலாம் என்ற யோசனையை குமாரசாமி தாத்தாதான் சொன்னார். அவர் பேத்தி ஒருத்தி வெளியூருக்கு வாழ்க்கைப்பட்டு சந்தோஷமாக இருக்கிறாள். ஆனால் அது காதல் திருமணம். அதனைப் பூசி மெழுகி இருவீட்டார் திருமணம்போல நடத்திவிட்டார்கள். தாத்தாவுக்கு இதெல்லாம் தெரியாது. அந்தப் பெண் சந்தோஷமாகத்தான் இருக்கிறாள். அவர் சொன்னது நல்ல யோசனையாகப்பட்டது.அதோடு வேறுவழியும் இல்லை.

அங்கும் இங்குமாக வலைவீசித்தான் ஒரு மாப்பிள்ளையைப் பிடித்தார்கள். படித்திருக்கிறார். திருச்சி பெல் கம்பெனியில் வேலை. தொடர்ந்து படித்துக்கொண்டும் இருக்கிறார். அப்பா ஓய்வுபெற்ற அரசு அதிகாரி. அம்மா இன்னும் வேலைக்குப் போகிறார். ஒரு அக்கா. கல்யாணமாகிவிட்டது. சொந்த வீடு. கடன், கஷ்டம் இல்லை. பெண் பார்க்க வந்தவர்கள் தன்மையாகப் பேசினார்கள். மாப்பிள்ளையைப் பிடித்திருக்கிறது என்று கோசலையும் சொல்லிவிட்டாள். பெண்ணைப் பிடித்திருக்கிறது என்று சபையிலேயே மாப்பிள்ளை வீட்டுக்காரர்களும் சொல்லிவிட்டார்கள். சீர்செனத்தி பற்றி கேட்டதும், தங்கள் ஆசையைச் சொன்னார்கள். தன்னால் இதுதான் முடியும் என்று சொன்னதற்கும் சரியென்று விட்டார்கள்.எல்லாம் நல்லபடியாக முடியும்போது அவர்கள் கேட்டதையெல்லாம் கொடுத்துவிடலாம் என்று குலசரம் முடிவுசெய்திருந்தான்.

6

வெளியூர்க்காரர்கள் பெண் பார்த்துவிட்டுப் போன இரவில் தூங்கிய குலசரத்துக்கு கெட்ட கனவு வந்தது. தனிமையான இடத்தில் தான் யாருக்கோ பயந்து ஓடுவதுபோல. துரத்தும் உருவம் தன்னை மிரட்டுவதுபோல. தன்னைத் துரத்தியது யாரென்று அடையாளம் காண முடியவில்லை. ஆனால் குரல் வீரசிராமமணி ஜோசியனின் கனத்த குரல். அதே கோப வீச்சு. நெஞ்சு பொறுக்காத உக்கிரம். ஆவேச மூச்சு. அவன் திடுக்கிட்டு எழுந்துவிட்டான். தளத்துக்கு வந்து பார்த்தபோது அப்போதுதான் குளித்த சாலாட்சி சாமி கும்பிட்டுக் கொண்டிருந்தாள்."சாலா" என்றான், அவளைக் கூப்பிடும் அன்பான குரலில்.அவள் மூன்றுமுறை கூப்பிட்ட பின்னால்தான் கண்திறந்தாள். பதட்டமாகப் பார்த்தாள்.அவனருகே வந்து உட்கார்ந்தாள். கெட்ட கனவொன்றைக் கண்டதாகச் சொன்னாள். தான் கண்ட கனவைப்பற்றி அவன் சொல்லவில்லை. என்ன சொல்லி அவளை ஆறுதல்படுத்துவது என்றும் தெரியவில்லை.

விடிந்ததும் இருவரும் குமாரசாமி தாத்தாவை பார்க்கப்போனார்கள். தாத்தா விழித்திருந்தார். ஆனால் அவரால் எழுந்து நடமாடமுடியாமல் படுத்தநிலையிலேயே பேசினார். அவரிடம் தாங்கள் இருவரும் கண்டகனவைச் சொன்னான்.

"நானும் வாரேன். ஏழு மணிக்கி கெழக்க போற பஸ்ஸுல போயி ஜோஸியன பாத்துட்டு வந்துருவோம். இனிமே தாமதிக்கப்படாது." தாத்தா எழ முயற்சித்தார். ஆச்சி காப்பியோடு வந்தாள்.வேண்டாம் என்று சொல்லாமல் வாங்கிக்கொண்டார்கள்.அது தேவை என்பதுபோலவும் இருந்தது.

"எதுக்கு பஸ்ஸுல போயிக்கிட்டு. கார வரச் சொல்லுதேன்." தாத்தா "வேண்டாம்" என்று சொல்லவில்லை.

தாத்தாவும் அவனும் சென்றபோது ஜோசியர் ஊரிலில்லை. ஏதோ விசேஷத்துக்குப் போயிருப்பதாகச் சொன்னார்கள். அவர் வருவதற்குள் சங்கரன்கோவிலுக்குப் போய்வரலாம் என்று தாத்தா சொன்னார்.அங்கு சாமி கும்பிட்டு புற்றுமண் எடுத்து நெற்றியில் பூசிக்கொண்டபோது சர்ப்பச்சீறல் கேட்டது.திடுக்கிட்ட அவனிடம், தாத்தா விபரம் கேட்டார். அவன் சொன்னதும் "ஏதோ இருக்கு" என்றார். அவனுக்குப் பயமாக இருந்தது. பக்கத்து வீட்டில் வாங்கிய போன் நம்பரில் ஜோஸியருக்குப் பேசியபோது,

“உங்கள வரவேண்டாம்னுதான சொன்னேன். பாத்தியளா நீங்க வரும்போது நான் இல்ல.” என்றார்.

அவன் எவ்வளவு நேரமானாலும் காத்திருப்பதாகவும், எவ்வளவு பணம் வேண்டுமானாலும் தருவதாகவும் சொன்னான். தாத்தாவிடமும் சொல்லிப் பேசச் சொன்னான். பிராப்தமில்லை என்று ஜோஸியர் உறுதியாகச் சொல்லிவிட்டார்.

“குலதெய்வம் தவிர வேறுயாரும் எதுவும் சொல்லமுடியாது, செய்யமுடியாது. நீங்கள் மாப்பிள்ளை பார்த்ததிலேயே ஏதோ தவறு இருக்கிறது” என்று சொல்லி ஃபோனை துண்டித்துவிட்டார்.

வீரசிராமணியிலிருந்து வந்த கார் நேரடியாக பூவக்கா வீட்டுக்குத்தான் போயிற்று. மாமாவும் அங்கு இருந்தார். மிளகு, வத்தல் வியாபாரிகள் கணக்கு வழக்கு பார்த்துக் கொண்டிருந்தார்கள். வேலையாட்கள் இருந்தார்கள். ஒருபக்கம் பருத்தி பிரிப்பு. மாமா எல்லோரையும் பார்த்தார். ஒவ்வொருவராக வெளியேறியபின் தாத்தா வெற்றிலையை துப்பிவிட்டு வந்தார். பூவக்கா தண்ணீர் சொம்புடன் வந்தாள்.

சாலாட்சி விஷயம் தெரிந்து வந்துவிட்டாள். இன்னும் சிலர் வந்தபோது, “கொஞ்சம் இருங்கத்தா, முக்கியமா பேசிட்டு இருக்கோம்” என்று தாத்தா விரட்டினார்.

“குலசரம் பொண்ணு வாழ்க்கை நீங்க சொல்லுததுலதான் இருக்கு. நீங்க எந்த ஜோஸியன்கிட்ட அவ ஜாதகத்த காட்டுனீங்க. ஏன், அவள உங்க பையனுக்கு வேண்டாம்னு சொன்னீங்க. ஜாதகத்துல எதாவது குறையிருக்கா. இருந்தா சொல்லுங்க, அது நிவர்த்திக்கு எதாவது பரிகாரம் இருக்கான்னு விசாரிக்கலாம்.”

தாத்தா அவசர அவசரமாகப் பேசினார். மாமா என்ன பேசுவதென்று தெரியாதவர்போல இருந்தார். அத்தையும் மாமாவும் அமைதியாக இருந்தார்கள். சாலாட்சி விசும்பினாள்.

“பொம்பள கண்ணீரு சிந்தப்படாது.”

மாமா சொன்னார்: “எம் பொண்ணுக்கு வழி சொல்லுங்க. நா அழல”

மாமா அப்போதும் அமைதியாக இருந்தார். பூவக்கா, அவன் முகத்தையே பார்த்தாள்.குலசரம் வீரசிராமணிக்குப் போய்வந்த

விஷயத்தைச் சொன்னான்."எதோ ஒரு குத்தம் இருக்கு. சொல்லுங்க மாமா. உங்க கால்ல விழுந்து கேக்கறேன்." விழுந்தான். அழுதான். மாமா அவனைத் தூக்கினார்.

"நீங்க கேக்கறதனால சொல்லுதோம். மனசில வச்சுக்கக் கூடாது. எதாவது நேரத்துல இதப்பத்தி பேசக்கூடாது."

பூவாக்கா பேச ஆரம்பித்தாள்.

"சொல்லுத்தா, இவங்களுக்கு அதா வேல..."

கோசலைய குமாருக்கு நிச்சயம் பண்ணுனதுல இருந்து வீடு சரியில்லாமப் போச்சு. அவுஹ வரப்பு வழுக்கி விழுந்தாக. நா அங்கணத்ல வழுக்கி விழுந்து ரெண்டு நா, நடக்கமுடியாமக் கெடந்தேன். குமாருக்கு திடீருன்னு வேலை போச்சி.தோப்புல நூறு தேங்காக்கு மேல வண்டு குடைஞ்சு போட்டுடுச்சு. கன்னுக்குட்டிக்கிக் கூட இல்லாம பசுவில பால் சுரப்பு நின்னுபோச்சு. எல்லாத்துக்கும்மேல, ராத்திரியாச்சுன்னா யாரோ கதவத் தட்டுற சத்தம்.ஏதோ அவசரம்போல, ஏதோ ஒரு விஷயம் சொல்ல வர்றதுமாதிரி சத்தம் கேக்கும். திறந்து பாத்தா, யாரும் இருக்கமாட்டாங்க. நான், அவுஹன்னு மாறி மாறி கதவத் திறப்போம். பயமா இருக்கும். கால் நடுக்கம், கை நடுக்கம் வந்து பகல்ல கதவப் பூட்டிக்கிட்டு உறங்கிட்டு இருப்போம்.எனக்கும் அவுஹளுக்கும் கல்யாணத்துல ஏதோ பிரச்சினை இருக்குன்னு மனசில பட ஆரம்பிச்சுது. கோசலைய கல்யாணம் பண்ணிவைக்க வேண்டாம்னு நா மனசு வலிச்சுத்தான் முடிவு பண்ணுனேன். அதுக்குப் பெறவு பிரச்சின ஒண்ணு ஒண்ணா குறஞ்சிது. குமாருக்கு கூடுதல் சம்பளத்துல வேல கிடச்சுது.நாங்க எந்த ஜோஸியத்தையும் பாக்கல. எங்களுக்கு வேறவழியில்ல.

அனைவரும் பதட்டமாகப் பார்த்தார்கள்.

"கோசலைக்கு மாப்பிள்ளை பாக்கலாம்னு முண்டன்கிட்ட பூப்போட்டுப் பாத்தமே." அக்காக்காரி அழ ஆரம்பித்தாள்.

"என்ன மன்னிச்சிருங்க"

பூவக்கா இன்னும் அழுதாள்.

குலசரம் திடுக்கிட்டுப் பார்த்தான்.

"நீ ரெண்டு பொட்டலத்துலயும் பிச்சிப்பூதான் வச்சிருக்கன்னு தெரிஞ்சதனாலதான் ஒரு பொட்டலத்த உன்கிட்ட கொடுத்து கிணத்துல போடச் சொன்னேன்."

தாத்தா அமைதியாகச் சொன்னார்.

"நான், கோசலைக்கு நல்லது நடக்கட்டும்னு நினைச்சேன். எங்களால அவ கல்யாணம் நடக்காம இருக்குன்னு ஊர்ல ஒரு பேச்சு இருக்கே, அது மாறட்டும்னு நினைச்சேன். சாமி முன்னால நல்லதுக்குத்தான பொய்யச்சொல்றோம்னு நினைச்சேன்."

அவ அழுகை அதிகமாகிக்கொண்டே போனது. வாசலில் நிழல்.

"சொன்னா கேக்க மாட்டியளா மூதேவிஹளா..."

தாத்தா அதட்டியதும் திபுதிபுவென ஆட்கள் ஓடினர்.

"சாமிகிட்டதான் நீ கேக்கணும். குலசரம், தனி ஊட்டு போட்டுறலாமா அப்பதான் எல்லா சாமியும் வரும்."

அவன் பார்க்க,

"மழ கிழ வரும்னு பயப்படாத, கொட்டக போட்டுறலாம். கரண்டுக்கு கவலப்படாத, ஜெனெரேட்டர் வச்சுக்கலாம். சீவல்குளம் தங்கையா வில்ல கூப்பிடு. நல்ல கொட்டுக்காரன் அடிக்கற அடில சாமிய வரவைக்கறவன் யாருன்னு விசாரிப்போம்."

'ஆங்...' என்று கத்தினார் மாமா. அவருக்கும் சாமி வரும். உடலை முறுக்கிப் பிழிவதுபோல சுட்டினார். குலசாரம் பிடித்துக்கொண்டான்.

"சகுனம் நல்லாத்தான் இருக்கு.குலசரம்மா நீதான் நல்லபடியா நடக்க துணையிருக்கணும். பாரத்த உன்மேல போட்டுட்டு வேலைய ஆரம்பிக்கலாமா?" தாத்தா மாமாவுக்குள் பாலித்திருந்த சாமியை மிரட்டிக் கேட்டார்.

மாமாவின் முகம் பெண்முகம்போல் ஆயிற்று. புன்னகை பொலிந்து சிரிப்பாய் மாறிற்று. ஏகாந்தச் சிரிப்பு. உதட்டுச்சுழிப்பும், ஆட்காட்டி விரலும் மேலும்கீழும் அசைந்தது. அதற்குள் யாரோ வேப்பிலை ஒடித்து வந்துவிட்டார்கள்.கருப்பாயி பாட்டி சாமி வந்து ஓட்டமும் நடையுமாய் வந்தாள்.வாசலுக்கும் வீட்டுக்கும் ஓடினாள். மாமாவுக்கும் துடிப்பு அதிகமானது. ஏதோ நல்லது

நடக்கப்போகிறது என்று குலசரமும், கோசலையும் உணர்ந்தார்கள்.

7

கோவில் கோமரத்தார் உள்ளூரிலும் வெளியூரிலும் இருந்தார்கள். குலசரம் எல்லோருக்கும் சொன்னான். தனிக்கொடை போடுவதாகவும். அதை தனிக்கொடை என்று நினைக்க வேண்டாம் என்றும், பொதுக்கொடையாகவே நினைக்கவேண்டும் என்றும் சொன்னான்.கொஞ்சம் வசதி குறைவானவர்களுக்கு தானே டிகெட் எடுத்துக் கொடுக்கவா? என்று கேட்டான்.வேலைக்குப் போக வசதியாக சனிக்கிழமை கொடையை வைத்திருந்தான். சென்னை, திருச்சி, மதுரையில் இருப்பவர்களை ஒரு பஸ்ஸில் கூட்டிக்கொண்டு வந்து கொண்டுபோய் விட்டுவிடலாம் என்று குமாரசாமி தாத்தா யோசனை சொன்னார். யார் வருகிறார்களோ இல்லையோ, சாமியாடுபவர்கள் வரவேண்டும். எல்லாச் சாமியும் ஆடித்தான் குலசரத்தின் சாமி முண்டனிடம் கேட்கவேண்டும். முண்டன் வந்து ஆடும் ஒரே ஒரு பெரியப்பா முறை செல்லையா, சென்னையிலிருந்து கண்டிப்பாக வந்துவிடுவதாகச் சொல்லிவிட்டார், மகள் கல்யாண விஷயம்பற்றியும் அவரிடம் சொல்லி குலசரம் கண்கலங்கினான்.

அவர், “என் பேத்தி கல்யாணமில்லடா. நீ சொல்லணுமா? வருவேன். கண்டிப்பா வருவேன்” என்றார். அவர் வந்தால் சாமியே வந்ததுபோல என்பது முடிவாகிவிட்டது.

சொன்ன எல்லோரும் கோவில் கொடைக்கு வந்துவிட்டார்கள். சொல்லவிட்டுப்போனவர்களும் விஷயம் கேள்விப்பட்டு வந்துவிட்டார்கள்.கோவில் கொடைகளின்போது ஊர் கட்டும் களைகூடியிருந்தது. தன் தனிக்கொடைபோல குலசரம் நடந்துகொள்ளவில்லை. வழக்கமாக, கோவில் கொடை நடத்துபவர்களிடம் பணத்தைக் கொடுத்து, சாமி மனம் குளிர எல்லாம் செய்யுங்கள் என்று சொல்லிவிட்டான். வழக்கமான கோவில் கொடைகளின்போது நடக்கும் பாட்டுக் கச்சேரியோ, ஆட்டம் பாட்டமோ மட்டும் இல்லை. எல்லா உற்சாகத்தையும்மீறி வருத்த இழைகள் குலசரத்துக்கும் அவன் மனைவிக்குமிடையே ஓடிக்கொண்டிருந்தது. பூவக்கா முதல்நாளே வந்துவிட்டாள். அடுக்களை நிர்வாகத்தை எடுத்துக்கொண்டாள்.

பிச்சையாவை வரச்சொல்லி வீட்டிலேயே அடுப்புகூட்டி சமைக்கச் சொல்லிவிட்டார்கள்.வருவோர் எவரையும் சாப்பிடாமல் விடவில்லை.

கோசலைக்குப் பார்த்திருக்கும் மாப்பிள்ளைக்குச் சொல்லிவிட வேண்டுமா என்பது ஒரு கேள்வியாக தொக்கி நின்றது. இன்னும் நிச்சயதார்த்தம்கூட நடக்கவில்லை. அவர்கள், நம் வீட்டில் கை நனைக்கவில்லை.சொல்லவேண்டிய அவசியமில்லை என்று குமாரசாமி தாத்தா சொல்லிவிட்டார்.

ஊரிலுள்ள எல்லா கோவில் சாமிக்கும் மாலை போட ஏற்பாடு செய்யப்பட்டிருந்தது. கொட்டுக்காரர்கள் அக்கா வீட்டில் இளைப்பாறினார்கள். வில்லுக்காரர்கள் சமுதாய மண்டபத்தில் இருந்தார்கள். மைக் செட் அலறியது.பெரும்பாலும் டி.எம். சௌந்தர்ராஜன், சீர்காழி கோவிந்தராஜன், பித்துக்குளி முருகதாஸ் பாட்டுகள்.

சாமிக்கு குற்றாலம் தண்ணீர் கொண்டுவர வருங்காலத்தில் சாமியாடப்போகிறவர்கள் போனார்கள். குற்றாலம் தண்ணீர் கொண்டுவந்து சாமிக்கு ஊற்றி பூஜை நடக்கும் சாயங்கால பூஜை. அதன்பின் அர்த்தராத்திரி பூஜை. அந்தப் பூஜையில்தான் சாமி முழுவீச்சுடன் இருக்கும். சாமியிடம் கேட்கமுடியும்.

முண்டன் சாமியாடப்போகும் செல்லையாப்பா மாலைக்கொடை வரைக்கும் வந்து சேரவில்லை.வருவார் என்று எல்லோரும் சொன்னார்கள். சென்னைக்குப் போன் செய்தபோது அவர் புறப்பட்டதாகவும் வழியில் சுகவீனமாகி திருச்சியில் இறங்கிவிட்டதாகவும் வீட்டில் சொன்னார்கள். அவரிடம் போன் இல்லை. வழியில் எதிர்ப்படும் ஆட்கள் யாராவது அவருக்கு உதவ முன்வந்தால் போனில் பேசுவார். அவர் வந்து எதாவது பஸ்ஸில் இறங்கினால் ஊருக்குக் கூட்டிவர டி.வி.எஸ் வண்டியில் ஆள் நின்றது. அவர் எதாவது போன் செய்தாரா என்று அரை மணிக்கொருமுறை போன் செய்து கேட்டுக்கொண்டார்கள். எல்லோரும் வந்த பஸ்ஸில் அவர் வந்திருக்கலாம் என்று குலசரம் பெத்தாவிடம் சொன்னான்.

நம்ம கோவிலுக்கு நாமதான போகணும் என்று அவர் சொன்னதாக, அவள் சொன்னாள்.அந்தக் காலத்து மனிதர் எப்படியும் வந்துவிடுவார் என்றும், அதையே நினைக்காமல் வேறுவேலை

பார்க்கும்படியும் குமாரசாமி தாத்தா சொன்னார். ஆனால் மனம் போகவில்லை. சாமியிடம் என்ன குறை வைத்தேன் என்று கேட்காமல் சாப்பிடக்கூடாது என்றுதான் அவன் இருந்தான். அவனை அறிந்த சாலாவும் சாப்பிடவில்லை.

மாலைப் பூசை முடிந்து ஊர் சற்று உறக்கமும், விழிப்புமாக இருந்தபோது கொட்டுச்சத்தம் கேட்டது.அமைதியைக் கிழித்துக்கொண்டு வந்து காதுகளில் அறைந்தது.வீடுகளைப் பூட்டும் சத்தம், ஆட்கள் நடக்கும் சத்தம். அவசர குளிப்புச்சத்தம். நாய்க்குரைப்பு, பசுக்களின் சத்தம் எல்லாம் அடங்கி கோவில் சாமியாட்டத்திற்காகத் தயாரானது.

குமாரசாமி தாத்தா நாதஸ்வரக்காரரைப் பார்த்து கையசைத்தார். நாதஸ்வரம் நின்றது. ஆடு வெட்ட சேர்ந்தமங்கலத்திலிருந்து வந்தவன் இடுப்பிலிருந்த கத்தியை உருவி குட்டி ஆட்டை முதலில் அறுத்தான். காலை வெட்டி வாயில் திணித்தது முத்தாலம்மனுக்கு எதிரே வைத்தான். சாமியாடிகள் வேட்டியைச் சுற்றிக் கட்டினார்கள். கால்சட்டை, சாட்டை, அரிவாள், மணிக்கம்பு, பிணமாலை வண்ணார் தீவெட்டிகளை இன்னும் செய்துகொண்டிருந்தான். அவனுக்குப் பக்கத்தில் வாளியில் முடிந்த தீவெட்டிகள் எண்ணையில் மூழ்கிக் கொண்டிருந்தன.

ஆடுகள் சுடலைமாடனுக்கும், கருப்பசாமிக்கு எதிரே நின்றன. நீண்ட அரிவாளை கும்பிட்டுக் கொண்டிருந்தவன், குமாரசாமி தாத்தவைப் பார்த்தான். ‘அறுத்தே போடு. வெட்டி துண்டாகலன்னா மனசு கஷ்டமாயிரும்’ என்றார். கரகரவென்று அறுபடும் ஆட்டின் உயிர்க்குரல் கேட்டது. முண்டம் கீழே விழுந்து ரத்தம் தெறிக்க துள்ளி அடங்கியது. கூட்டம் மூச்சுப்பேச்சில்லாமல் நின்றது.

செல்லையாப்பா யாரும் எதிர்பாராதவகையில் கோவிலுக்குள் வந்தார். குலசரம் முகம் பிரகாசமாயிற்று. அதற்காக காத்திருந்தவள்போல கருப்பாயி ஆச்சி ஓடினாள். தாத்தா கையை உயரே தூக்கி கையை அசைக்கத் துவங்கினார். நாதஸ்வரக்காரர்கள் முழுமூச்சையும் ஊதினார்கள். வானம் நோக்கி ஊதி, காதுகளைக் குறிவைத்தான்.சின்னதாக பூமியை நோக்கி வட்டமடித்தான். பார்த்துக்கொண்டிருந்த கொட்டுக்காரன் டும் டும் டும் என்று முழங்க, சின்ன அசைவு பெரிய அசைவு சின்ன அசைவு பெரிய அசைவு கொண்டு சாமிகள் ஆட ஆரம்பித்தன.

பண்டாரம் பெரிய வாளி சந்தனத்தை எடுத்துவந்து அள்ளி ஒவ்வொருவரின் மார்பிலும் பூசி, கையில் கோர்த்திருந்த மாலைகளில் ஒன்றை எடுத்துப் போட்டான். வழக்கமாக, சாமி ஆடாதவர்களில் சிலருக்கும் சாமி வந்து உருண்டார்கள். கொட்டும் நாதஸ்வரமும் சேர்ந்து முழங்க எல்லாச் சாமிகளும் உக்கிரமாக ஆடின.எல்லாச் சாமிகளும் இன்னும் அமைதியாகவே நிற்கும் செல்லையா பெரியப்பாவின் முன்பு கூடினர். சாமி வருத்தக்கூடிய டாண் டண்டன் டான் டாண்டண்டண்டான் கொட்டு முழங்கியது, நாதஸ்வரம் தொடர்ந்தது.

“ஆய்...” கோபக்கார சுடலை முறைக்க, பண்டாரம் சுடலை கையில் தீவெட்டியைக் கொடுத்தான். கருப்பசாமி அரிவாளை வைத்துக்கொண்டு துடிதுடித்து ஆடியது. காருப்பாச்சியும் இன்னும் இரு பெண்களும் குலவையும் ஓட்டமுமாக இருந்தனர்.

“வரப்போறியா, இல்லையா?”

குமாரசாமி தாத்தா சத்துக்கு மீறி கத்தினார். ஒருகாலத்து சாமியாடிதான் அவர். சாட்டை எடுத்தாரென்றால் அது திரியாகும் வரை தன்னை அடித்துக்கொள்பவர்.

தாத்தா கை தட்ட திடீர் அமைதி.

செல்லையாப்பா அமைதியாக நின்றார்.எல்லாச்சாமியும் அவருக்குத் திருநீறு பூசினார்கள். குலசரம் அருகிலேயே நின்றான். சாலாட்சியும், கோசலையும் ஒரு ஓரமாய் நின்றார்கள். கருப்பசாமி, செல்லையாப்பாவுக்கு முன்னால் நின்று தரையில் மணிக்கம்பை குத்திக்குத்தி சுழன்று ஆடியது.

நடு நிசி.

ஒரு கொட்டுக்காரனும், தீவட்டி சகிதமாக பண்டாரமும், துணைக்கு ஒருவரும் சுடலை மாடசாமி வேட்டைக்குப்போன திசையில் ஓடினார்கள். சாமி நிலையில்லாமல் ஓடியது. கோவில் தாண்டி குளம், கருவேல மரங்கள், ஒத்தையடிப் பாதை, சாமியின் வேகத்துக்கு ஈடுகொடுக்க முடியாமல் கொட்டுக்காரனும், பண்டாரமும் ஒரு மேட்டில் நின்றுவிட்டார்கள். இருட்டுக்குள் தீவெட்டி வெளிச்சம் அங்கும் இங்கும் ஓடியது. திடீரென காணவில்லை. இருவரும் பதட்டமாகப் பார்த்து நின்றார்கள். தூரமாய் மீண்டும் வெளிச்சம். கொட்டுக்காரன் பலமாக கொட்டை அடிக்கத் துவங்கினார்.

‘ஆங்’, ‘ஆங்’ என்று சாமி ஓடிவந்தது. கோவிலை நோக்கி ஓடியது. இருவரும் பின்தொடர்ந்தார்கள்.

சுடலைமாடன் வேட்டை முடிந்து வருவதைப் பார்த்து மற்ற கொட்டுக்கள் முழங்கத்துவங்கின. வில்லுக்காரரும் சேர்ந்துகொண்டார். வேட்டைக்குப் போய்வரும் சுடலைமாடன் பாட்டுக் கேட்டது. சாமி வந்து வில்லுக்காரர்களுக்குமுன் ஆடியது.

இன்னும் கொஞ்சநேரமே பூசைக்கு இருந்தபோது, செல்லையாவுக்கு சின்ன உதறல் வந்தது.அவரைச்சுற்றி மேளதாளங்கள் முழங்க அவர் ஆவேசம் வந்து துள்ளினார். அவரது வேட்டி, சட்டை மாற்றி காவி வேட்டி கட்டப்பட்டது. ஆணிச் செருப்பில் அவர் அங்கும் இங்கும் ஓடினார். கக்கக் கட்டைகளை வைத்துத் துள்ளினார். குலவைச்சத்தம் கேட்டது. ஆட்டம் முடிந்து கொஞ்சம் அமைதி வந்தபோது, தாத்தாவின் கையசைவு பார்த்து சத்தம் நின்றது. பக்கத்தில் நின்றவர்கள் விலக, தாத்தா குலசரத்தை கையைப் பிடித்து இழுத்துக்கொண்டு வந்து முண்டனுக்கு முன்னால் நிறுத்தினார்.

சாமி அவனை கோபமாகப் பார்த்தது.

“நான் ஏதாவது தப்புப் பண்ணியிருந்தா மன்னிக்கணும்.” கை கூப்பினான்.

சாமி அவனையே பார்த்தது. பெருங்குரலெடுத்து விசும்பி விசும்பி அழுதது. குலசரத்தைப் பார்க்காமல் முகத்தை வேறுபக்கம் திருப்பிக் கொண்டது.

“யாரப் பாத்து யாரு முகத்தத் திருப்பற. உன் புள்ள இல்லையா?” குமாரசாமி தாத்தா குரல் கொடுத்தார்.

“ஆவ்... ஆவ்...” என்று சாமி அங்கும் இங்கும் போனது. மார்பிலடித்துக் கொண்டது.

“என்ன வேணும் உனக்கு...” என்று விட்டு,

“சாமிகிட்ட நீயே கேளு” என்று, குலசரத்திடம் குமாரசாமி தாத்தா சொன்னார்.

காலில் விழுந்தவன், “என்ன வேணும்னு சொல்லுங்க. என்ன குறைவச்சேன். பிச்சக்காரனா உன்வாசல்ல நின்னு அழுதேன். என்ன ஆளாக்கணும்னு சொல்லிட்டு வெளியூர் போனேன்.

தொட்டதெல்லாம் துலங்குச்சு. பணம், செல்வாக்கு எல்லாம் இருக்கு. உனக்கு என்ன குறைவச்சுறப் போறேன்.."

குலசரம், சாமியிடம் உள்ள பஞ்சாயத்தை அன்றைக்கே தீர்த்துவிடப் போவதுபோலப் பேசினான்.

சாமி சிரித்தது, பின் அழுதது.

"சொல்லு சொன்னாத்தான தெரியும்..."

தாத்தா, சாமிக்கு அருகில் வந்து சொன்னார். சாமிக்கு இன்னொரு மாலை, இன்னும் கொஞ்ச சந்தனம், இலையில் இனிப்புகளை வைத்து பூவக்கா நீட்டினாள். சாமி கர்ஜனையுடன் தட்டிவிட்டது, கூட்டத்தினர் ஆளுக்காள் எடுத்துக் கொண்டார்கள்.

"என்ன கோபம், ஆங்..."

தாத்தாவின் குரல் உக்கிரமாக இருந்தது. சாமியை வரவைக்கும் மேளம் தட்டச் சொல்லி தாத்தா மேலே கையைத்தூக்கி படபடவென்று அசைத்தார். கொஞ்சம் இடைவெளி விட்டிருந்த மேளக்காரன் அடித்து நொறுக்கினான். பண்டாரம் குமாரசாமி தாத்தாவுக்கு மாலையைப் போட்டு சந்தனம் பூசினான். மேளச்சத்தம் தாத்தாவுக்கும் சாமியைக் கொண்டுவந்தது. முண்டனைப் பிடித்த கையை தாத்தா எடுக்கவேயில்லை.

"சொல்லு..." என்றபடி, திருநீற்றை அள்ளிப் பூசினார்.

"என்ன அனாதை ஆக்கிட்டியேப்பா. யாருமில்லாம போவேன். ஊருமில்லாம போவேன்." முண்டன் ஆண்குரலும் பெண் குரலுமாகச் சேர்ந்து அழுதது. அதைப் பார்த்து பெண்கள் அழுதார்கள். ஆண்கள் கலங்கினார்கள்.

"என்ன சொல்லுத, நாங்கள்லாம் இருக்கமில்ல"

"உனக்குப் பெறகு?"

"எனக்குத்தான் ஆம்பள வாரிசு நீ குடுக்கலையே..."

"ஓவென்று சாமி அழுதது.தரையில் கிடந்து உருண்டது.முண்டம் துள்ளுவதுபோல துள்ளித்துள்ளி அடங்கியது.

தாத்தாவால் ஈடுகொடுக்க முடியவில்லை. நின்றிருந்த மற்ற சாமிகளுக்கும் துடிப்பு அடங்கிப்போயிற்று.

பூவக்கா பானகம் கொண்டுவந்தாள். முண்டனை தாத்தா மடியில் கிடத்தி, வெங்கலச் சொம்பைக் கொடுத்தார். இரு கை பிடிக்கும் சொம்பு. சாமி, நிமிடத்தில் காலிச்சொம்பை வீசியது.

“திருநாறு பூசு...”

திருநீற்று மரவையை தாத்தா நீட்டினார்.

சாலாட்சி, கோசலையை இழுத்து வந்தாள்.

“பூசு, கல்யாணம் ஆகணும் அவளுக்கு.”

சாமி பார்த்தது. கோபம்கொண்ட பார்வை. உக்கிரமான பார்வை. ’மாட்டேன்’ என்று தலையசைத்துக் கொண்டது.

“ஏன்?”

“அனாதையாக்காதீங்கப்பா என்னைய.”

சாமி எல்லோரையும் பார்த்தது. குமாரசாமியையும் பார்த்தது. சரியா? என்பதுபோல கண்ணசைவில் கேட்டது. அவர் கையைப் பிடித்து கண்ணில் ஒற்றிக் கொண்டது. குலசரத்தை அணைத்துக்கொண்டது. காலில் விழுந்த சாலாட்சியைப் பார்த்து,

“தருவியா?” என்றது. அவள் புரியாமல் பார்த்தாள்.

“தருவேன்னு சொல்லு.”

அவளுக்கு இன்னும் குழப்பமாக இருந்தது.

“நீயாவது சொல்லுப்பா”

“என்ன வேணும்னு நான், கேட்டுக்கிட்டுத்தான இருக்கேன்.”

“அவனும்தான கேக்கறான். உன் பெரியப்பன் செத்த பின்னால உனக்குப் பின்னால சாமிக்குன்னு யாரு இருக்கா. சுடலமாடன், கருப்பசாமி, முத்தாலம்மனுக்கெல்லாம் ஆளு இருக்கு. உன் சாமிக்கு இல்லையே. அனாதை ஆயிருவேன்னு அழுகுது. நீதான குடுக்கணும். என்ன என்னன்னு கேட்டா... தரேன்னு சொல்லு. சாமிக்கு வாரிசத் தரேன்னு சொல்லு.”

குலசரம் ஒன்றும் புரியாமல் பார்த்தான்.

சாமிக்கு விக்கல் எடுத்தது. தண்ணி தண்ணி என்று ஆளுக்கொரு திசையில் ஓடினார்கள். கூட்டம் விலக்கினார்கள். பனை விசிறி

கொண்டுவந்து காற்று வீசினார்கள்.

“சூரியன் வர்றதுக்குள்ள கற்பூரம் காட்டுங்க.”

பண்டாரம் மணியடித்தான். ஒவ்வொரு சாமிக்கும் காட்டினான். எல்லோரும் ஒற்றிக்கொண்டார்கள். இலைகள் போடப்பட்டன. சாப்பிட்டார்கள்.

குலசரமும், சாலாட்சியும். கோசலையும் அமைதியாக இருந்தார்கள்.

எல்லாம் முடிந்து வீட்டுக்கு வந்தார்கள். அலுப்பு ஆயாசத்தோடு இரண்டு நாள் தூங்கினார்கள். மூன்றாவது நாள் பெரியப்பா கிளம்பினார். சட்டை, வேட்டி, பெரியம்மாவுக்குப் புடவை, மகளுக்குப் புடவை. பணம் எல்லாம் கொடுத்து பொதிகை ரயிலில் டிக்கெட் வாங்கி அனுப்பிவைத்தான். ரயில் கிளம்புவதற்கு முன்பு செல்லையா பெரியப்பா, “குலசரம் என்ன விட்டுறாதப்பா” என்று சொன்னார். பெரியப்பா சென்னை சென்று சேரவில்லை. ரயிலிலேயே உயிர் பிரிந்துவிட்டது. அவனுக்குத்தான் போன் வந்தது. சென்னை பெரியம்மாவுக்கு போன் செய்தபோது, ‘இனி என்னைத் தேடாதே. வரமாட்டேன்’ என்று அவர் போனில் பேசும்போது சொன்னதாகச் சொல்லி அழுதாள்.அவன் சென்னைக்கு கார் எடுத்துவந்து மகனாக எல்லாக் கடன்களையும் முடித்தான். இனி, முண்டன் சாமிக்கு அவன் மட்டும்தான் இருக்கிறான் என்ற நினைப்பு மனதை அழுத்தியது.

அதன்பின் கோசலையை பார்த்துவிட்டுப் போன, வெளியூர் மாப்பிள்ளையை சூழ்நிலை சரியில்லை என்று சொல்லி கல்யாணப் பேச்சை குலசரமே நிறுத்திவிட்டான். சாலாட்சி அழுதாள். கோசலை ஒன்றும் சொல்லவில்லை. அதன்பின் கோசலைக்கு மாப்பிள்ளை பார்க்கும் மனசே வரவில்லை. அவனிடம் அதுபற்றி யாரும் கேட்கவில்லை.

கோசலை, தனி அறைக்குள் இருந்துகொண்டாள். யாருடனும் பேச்சு இல்லை. சிரிப்பு இல்லை. எங்கோ வெறித்து, யாரையோ பற்றி யோசிப்பதுபோல இருந்தாள். ஒரு இரவு அவளைக் காணவில்லை. பதறிப்போய் தேடினான் குலசரம். ஊரே விழித்துக்கொண்டது. கோவிலில் முண்டனுக்கு முன்னால் இருந்தாள், கோசலை. அனைவரும் பதற அவள் எதுவும் நடக்காதமாதிரி புன்னகைத்தாள். குலசரம் கோபம்கொண்டு முண்டன் பீடத்தைப் பார்த்தான். “எம்

மகள இந்தக் கதிக்கி ஆக்கிட்டியே...” என்று மாலைகளைக் கழற்றி எறிந்தான். முட்டிக் கொண்டான். ரத்தம் வழிந்தது, ஆஸ்பத்திரிக்கு தூக்கிப் போனார்கள். சாலாட்சிக்கும் மனசு விட்டுப் போயிற்று. சுவையாகச் சமைக்கவும், உடுத்தவும், அலங்காரம் செய்யவும், வீட்டைவிட்டு வெளியே செல்லவும் மனசேயில்லை. எத்தனைபேர் என்னென்ன விதமாகவோ கூப்பிட்டபோதும் கோசலை குளிக்க மறுத்தாள். பேச மறுத்தாள். வெளியேவர மறுத்தாள். சாமி அவளை ஆட்கொண்டுவிட்டது என்று சொன்னார்கள். கோசலை, இன்னும் கொஞ்சநாள் அப்படியேயிருந்தால் அவள் மயிர் இறுகி சடை விழுந்துவிடும் என்று சொன்னார்கள்.

குமாரசாமி தாத்தா படுத்துவிட்டார். அவரால் எழுந்துவர முடியவில்லை. கோவிலுக்கு கூட்டிப்போய் சாமி வருத்தி அவரைப் படுக்கவைத்துவிட்டதாக, ஆச்சி எல்லோரிடமும் குலசரத்தைப் பற்றி குறைசொல்லிப் புலம்பினாள். இருமுறை குலசரம் பேசப் போனபோது, “பேச என்ன இருக்கு” என்று விரட்டிவிட்டாள்.

கொஞ்சநாளில் தாத்தா சீவன் போய்விடும் என்று சொல்லப்பட்ட போது, குலசரம் தாத்தாவைப் போய்ப் பார்த்தான்.கையைப் பிடித்துக்கொண்டார்.

“இப்படி ஆயிருச்சே” அழுதான்.

“என்ன ஆயிருச்சு. நீ சாமிக்கு ஒரு ஆம்பளப் பயல கொடுக்காட்டி அது உன் பொம்பளப் புள்ளைய உன்னவிட்டுப் போகவிடாது. உனக்குப் பின்னால சாமிய அனாத ஆக்கிறாத.”

தாத்தா மெல்லிய குரலில் அவனுக்குப் புரியும்படி சொன்னார்.

குலசரத்துக்குப் புரிந்தது. சம்மதம் என்பதுபோலத் தலையசைத்தான். வீட்டுக்கு வந்த அவன், தன்னைப் பார்க்கும்விதம் வேறுவிதமாக இருப்பதை சாலாட்சி உணர்ந்தாள். அவளுக்கும் அவள் பார்வை குறுகுறுப்பாக இருந்தது.

- நகர்வு ஜனவரி *2021*

ஜெகநாத் நடராஜன்

எழுத்துச்சித்தர் பாலகுமாரனிடம் அவரது எழுத்து மற்றும் திரைப்படப் பணிகளில் உதவியாளராக இருந்தவர். இயக்குனர்கள் ஜே.டி.ஜெரி, வஸந்த், ஒளிப்பதிவாளர் ஜீவா, கௌரவ் நாராயணனுடன் பணியாற்றியவர். தமிழில் முதல் தினசரி தொடரான சக்தியை எழுதியவர். சன், விஜய், ஜீ தமிழ் தொலைக்காட்சிகளில் வந்த பல்வேறு தொடர்களில் பங்கேற்றவர். கார்லோஸ் புயண்ட்ஸ்சின் ஔரா, மரியோ வர்காஸ் யோசாவின் ஏன் இலக்கியம், ஆல்பிரட் ஹிட்ச்காக் த்ரூபாவின் உரையாடல்களை தமிழில் மொழிபெயர்த்தவர். நீண்ட ஆண்டுகளாக எழுதி வருகிறார்..ஒளிப்பதிவாளர் ஆர். டி.ராஜசேகர், குட்டிரேவதி இயக்கங்களில் இவரது கதைகள் படமாகப் போகின்றன. திரைப்படம் ஒன்றை இயக்கும் முயற்சியிலும் இருக்கிறார்.

www.ingramcontent.com/pod-product-compliance
Lightning Source LLC
LaVergne TN
LVHW100336181026
850499LV00039B/1104
* 9 7 8 9 3 9 0 8 8 4 3 7 7 *